Kitange Ali kibawa mu Linnya Lyange

Dr. Jaerock Lee

"Ddala ddala mbagamba nti, buli kye mulisaba Kitange, ali kibawa mu linnya lyange. Okutuusa leero temusabanga kigambo mu linnya lyange, musabe, muliweebwa, essanyu lyammwe lituukirire." (Yokaana 16:23-24)

KITANGE ALI KIBAWA MU LINNYA LYANGE
Kya Dr. Jaerock Lee

Kyafulumizibwa aba Urim Books (Abakulirwa: Johnny H. Kim)
73, Yeouidaebang-ro 22-gil, Dongjak-gu, Seoul, Korea
www.urimbooks.com

Obuyinza bwonna tubwesigaliza. Ekitabo kino oba ebitundu byakyo tebirina kufulumizibwa nate mu ngeri yonna, oba okuterekebwa mu ngeri yonna, oba okufulumizibwa mu kika kyonna ng'okwokyesaamu, oba okunaazaamu kkoppi, awatali lukusa okuva eri abaakifulumya.

Okujjako nga kiragiddwa, eby'awandiikibwa byonna bisimbuddwa mu Kitabo Ekitukuvu.

Obwannannyini © 2009 bwa Dr. Jaerock Lee
ISBN: 979-11-263-0657-2 03230

Obwannannyini ku kuvunnula © 2009 bwa Dr. Esther K. Chung. Ng'akkiriziddwa

Kyasooka kufulumizibwa mu lulimi olu Korea aba Urim Books mu 1990

First Published February 2021

Kyasunsulibwa Dr. Geumsun Vin
Kyalungiyizibwa Ekitongole ekisunsuzi ekya Urim Books
Kyakubibwa mu kyapa aba Yewon Printing Company
Ayagala okumanya ebisingawo, yita ku mukutu gwa
urimbook@hotmail.com

Obubaka ku Kitabo

"Ddala ddala mbagamba nti, buli kye mulisaba Kitange, ali kibawa mu linnya lyange. Okutuusa leero temusabanga kigambo mu linnya lyange."
(Yokaana 16:23).

Obukristaayo y'enzikiriza abantu mwe basisinkanira Katonda omulamu era ne beerabira ku mirimu Gye okuyita mu Yesu Kristo.

Kubanga Katonda ye Katonda Ayinza byonna oyo eyatonda eggulu n'ensi era yafuga ebyafaayo by'ensi wamu n'obulamu, okufa, ebikolimo, saako emikisa gy'omuntu, Addamu okusaba kw'abaana Be n'okuyaayaana kwabwe ne batambulira mu bulamu obw'omukisa obwo obusaanidde abaana ba Katonda.

Omuntu yenna nga mwana wa Katonda omutuufu atambula n'obuyinza obumusobozesa okubeera omwana wa Katonda. N'obuyinza buno, alina okubeera ng'atambulira mu bulamu nga buli kimu kisoboka, n'aba nga talina kyabulwa, era neyeeyagalira mu mikisa n'aba nga teyeegomba balala oba okubakwatirwa ensaalwa. Olw'okutambulira mu bulamu obujjudde obulungi, amaanyi, n'okukulaakulana, alina okuddiza Katonda ekitiibwa okuyita mu bulamu bwe.

Okusobola okweyagalira mu bulamu obw'omukisa, omuntu alina okutegeerera ddala amateeka ag'ensi ey'omwoyo ku kuddibwamu kwa Katonda era afune buli kimu ky'asaba okuva eri Katonda mu linnya erya Yesu Kristo.

Omulimu guno gukung'anyizza obubaka obwabuulirwa edda nga bwa bakkiriza bonna, naddala abo awatali kubuusabuusa abakkiririza mu Katonda Ayinza byonna era nga bayaayaana okutambulira mu bulamu obujjudde okuddamu kwa Katonda.

Omulimu guno Kitange, ali kibawa mu linnya lyange kikola

ng'ekirung'amya okuyamba abasomi bonna okusobola okumanya amateeka ag'ensi ey'omwoyo ku nsonga y'okufuna okuddamu okuva eri Katonda era nga kibasobozesa okufuna buli kintu kyonna okuyita mu kusaba, mu linnya lya Yesu Kristo nsabye!

Nneebaza nnyo Katonda n'okumuddiza ekitiibwa olw'okuganya ekitabo kino ekisitudde ekigambi Kye eky'ekitiibwa okufulumizibwa era neebaza abo bonna abakoze kyonna ekisoboka okulaba nti kino kituukirira.

Jaerock Lee

Ebirimu
KITANGE ALI KIBAWA MU LINNYA LYANGE

A Message on Publication

Essuula 1
Engeri Y'okufunamu okuddibwamu Okuva eri Katonda   1

Essuula 2
Tukyetaaga Okumusaba   15

Essuula 3
Amateeka Ag'omwoyo ku Kuddibwamu kwa Katonda   25

Essuula 4
Mmenyaamenya Ekisenge Eky'ebibi   39

Essuula 5
Okungula ekyo kye Wasiga   51

Essuula 6
Eriya Yafuna Okuddibwamu Kwa Katonda Okw'omuliro   65

Essuula 7
Engeri Y'okutuukirizaamu Okuyaayaana Kw'omutima Gwo   77

Essuula 1

Engeri Y'okufunamu Okuddibwamu Okuva eri Katonda

Abaana abato, tuleme okwagalanga mu kigambo ne mululimi, wabula mu kikolwa ne mu mazima. Ku kino kwe tunaategeereranga nga tuli ba mazima ne tukkakkanya omutima gwaffe mu maaso Ge mu buli kigambo omutima gwaffe kye gutusalira okutusinga; kubanga Katonda asinga obukulu omutima gwaffe, era ategeera byonna. Abaagalwa, omutima bwe gutatusalira kutusinga, tuba n'obugumu eri Katonda, era buli kye tusaba akituwa kubanga tukwata ebiragiro Bye era tukola ebisiimibwa mu maaso Ge

(1 Yokaana 3:18-22).

Emu ku nsulo y'essanyu ery'amaanyi mu baana ba Katonda kye ky'okuba nti Katonda ayinza byonna mulamu, addamu okusaba kwabwe, era nga mu byonna akola ku lw'obulungi bwabwe. Abantu abakkiririza mu mazima gano bannyiikira okusaba basobole okufuna ekintu kyonna kye babeera basaba okuva eri Katonda ne bamuddiza ekitiibwa olw'okumatira kw'omutima gwabwe.

1 Yokaana 5:14 watugamba, *"Era buno bwe bugumu bwe tulina eri Ye, nti bwe tusaba ekintu nga bw'ayagala, atuwulira."* Olunyiriri luno lutujjukiza nti bwe tusaba nga okwagala kwa Katonda bwe kuli, tubeera ne ddembe okufuna ekintu kyonna okuva Gyali. Omuzadde ne bwabeera mubi atya, omwana we bwamusaba omugaati tajja kumuwa mayinja, era bw'amusaba ekyennyanja tajja kumuwa musota. Olwo kiki ekiyinza okuziyiza Katonda obutawa baana Be ebirabo ebirungi bwe babimusaba?

Omukazi Omukanani mu Matayo 15:21-28 eyajja eri Yesu, teyafuna kuddibwamu eri okusaba kwe kyokka, wabula yafuna n'okuyaayaana kw'omutima gwe. Wadde muwala we yalina dayimooni ey'amaanyi eyali emuluddeko, omukazi yagenda mu maaso n'okwegayirira Yesu okuwonya muwala we kubanga yali akkiriza nti buli kimu kisoboka eri abo abakkiriza. Olowooza Yesu yakolera ki omukazi ono ow'amawanga eyeegayirira okufuna okuwonyezebwa kwa muwala we obutalekaayo? Nga bwe tulaba mu Yokaana 16:23, *"Ne ku lunaku luli temulibaako kye munsaba, Ddala ddala mbagamba nti, Buli kye mulisaba*

Kitange alikibawa mu linnya lyange," bwe yalaba okukkiriza kw'omukazi ono amangu ago n'amuweerawo kye yali asaba. *"Ggwe omukazi, okukkiriza kwo kunene; kibeere gy'oli nga bw'oyagala."* (Matayo 15:28).

Okuddamu kwa Katonda nga kulungi! Ye nga kuwoomu!

Bwe tukkiririza mu Katonda omulamu, nga Abaana Be tulina okumuddiza ekitiibwa nga tufuna buli kyonna kye tumusabye. N'ebyawandiikibwa essuula eno kwe yeesigamye, katwekenneenye engeri ze tuyinza okufunamu okuddibwamu okuva eri Katonda.

1. Tulina okukkiririza mu Katonda Oyo eyatusuubiza okutuddamu

Mu Bayibuli yonna, Katonda yatusuubiza nti ddala aliddamu okusaba kwaffe n'okwegayirira. N'olwekyo, okujjako nga tetubuusizzabuusizza ekisuubizo kino, lwe tusobola okunnyiikira okusaba era ne tufuna buli kintu kyonna kye tusaba okuva eri God.

Okubala 23:19 wasoma nti, *"Katonda si muntu, okulimba, so si mwana wa muntu, okwejjusa; Ayogedde n'okukola talikikola? Oba agambye, n'okutuusa talikituusa?"* Mu Matayo 7:7-8 Katonda atusuubiza, *"Musabe, muliweebwa; munoonye, muliraba; mweyanjule, muliggulirwawo. Kubanga buli muntu asaba aweebwa, anoonya alaba, eyeeyanjula aliggulirwawo."*

Mu Bayibuli yonna mulimu ebyawandiikibwa ebyogera ku bisuubizo bya Katonda, nti ajja kutuddamu bwe tusaba okusinziira ku kwagala Kwe. Bino wammanga bye bimu ebitonotono:

"Kyenva mbagamba nti, Ebigambo byonna byonna bye musaba n'okwegayirira, mukkirize nga mubiweereddwa, era mulibifuna" (Makko 11:24).

"Bwe mubeera mu Nze, n'ebigambo byange bwe bibeera mu mmwe, musabenga kye mwagala kyonna, munaakikolerwanga" (Yokaana 15:7).

"Na buli kye munaasabanga mu linnya lyange, ekyo nnakikolanga, Kitange agulumirizibwenga mu Mwana" (Yokaana 14:13).

"Era mulinkaabira, era muligenda ne munsaba, nange ndibawulira. E mumulinnoonyane mundaba, bwe mulinkenneenya n'omutima gwammwe gwonna" (Yeremiya 29:12-13).

"Era onkoowoolenga ku lunaku olw'okulaba ennaku; Ndikuwonya, naawe olingulimiza Nze " (Zabuli 50:15).

Ebisuubizo bya Katonda ng'ebyo bisangibwa nnyo mi Ndagaano Enkadde n'empya. Ye ne bwe wandibaddewo ekyawandiikibwa kimu nga kye kyogera ku kisuubizo kino, twandyenywerezza ku kyawandiikibwa kino ne tusaba okufuna okuddibwamu Kwe. Kyokka si bwe kiri, ekisuubizo kino kisangibwa emirundi mingi mu Bayibuli yonna, tulina okukkiriza nti ddala Katonda mulamu nti era akola kye kimu jjo, leero n'olubeerera (Abaebbulaniya 13:8).

Era Bayibuli etubuulira ku bakazi n'abasajja bangi abaaweebwa omukisa olw'okukkiririza mu kigambo kya Katonda, ne basaba, era ne baweebwa okuddamu Kwe. Tulina okulabira ku kukkiriza n'omutima gw'abantu bano naffe obulamu bwaffe ne tubutambuza mu ngeri etuweesa eby'okuddamu okuva Gyali.

Yesu bwe yagamba omusajja eyali akoozimbye mu Makko 2:1-12 nti, *"Ebibi byo bikuggiddwako. Ggolokoka, weetikke ekitanda kyo, oddeyo mu nnyumba yo,"* eyali akoozimbye n'agolokoka, ne yeetikka amangu ago ekitanda, n'afuluma mu maaso gaabwe bonna, awo ne beewuunya bonna ne bagulumiza Katonda.

Omwami w'ekitongole Omuruumi mu Matayo 8:5-13 yajja eri Yesu olw'omuweereza we eyali agalamidde mu nnyumba nga akoozimbye, yali atidde ng'anakuwadde n'amugamba nti, *"Yogera kigambo bugambo, omulenzi wange anaawona."* Tukimanyi nti Yesu n'agamba omukulu w'ekitongole nti, *"Genda! Nga bw'okkirizza, kibeere gy'oli bwe kityo,"* omulenzi w'omukulu w'ekitongole n'awonerawo mu kiseera ekyo.

Omugenge mu Makko 1:40-42 yajja eri Yesu Jesus n'amwegayiririra ng'amufukaamirira nti, "Bw'oba oyinza okunnongoosa." Yesu n'amusaasira omugenge, era n'agolola omukono gwe n'amukwatako n'amugamba nti, "Njagala; longooka!" Tukiraba nti ebigenge ne bimuwonako n'alongooka.

Katonda aganya abantu bonna okufuna ebyo byonna bye basaba okuva Gyali mu linnya erya Yesu Kristo. Katonda era ayagala buli muntu okumukkiririzaamu era nga yasuubiza okuddamu okusaba kwabwe, nga basaba n'omutima ogutakyukakyuka awatali kuggwamu maanyi, era bafuuke abaana Be abaweereddwa omukisa.

2. Ebika by'okusaba Katonda kwataddamu

Abantu bwe bakkiriza era ne basaba nga okwagala kwa Katonda bwe kuli, ne batambulira mu kigambo Kye, era ne bafa ng'empeke ye ng'ano bw'efa, Katonda alaba omutima gwabwe n'okwewaayo kwabwe era naddamu okusaba kwabwe. Kyokka ng'ate eriyo abantu abatafuna kuddibwamu kwa Katonda ne bwe basaba batya, olowooza kino kiyinza kuba nga kiva ku ki? Waaliyo abantu bangi mu Bayibuli abaalemwa okufuna okuddibwamu Kwe wadde nga baasaba nnyo. Nga twekennenya ensonga lwaki balemererwa okufuna okuddibwamu okuva eri Katonda, tulina okuyiga engeri gye tuyinza okufuna okuddibwamu okuva Gyali.

Oksusooka, bwe tutereka ekibi mu mutima gwaffe kyokka ne

tusaba, Katonda atubuulira nti tajja kuddamu kusaba kwaffe. Zabuli 66:18 watugamba nti, *"Bwe mba ndowooza obutali butuukirivu mu mutima gwange, MUKAMA tawulire,"* ne Isaaya 59:1-2 watujjukiza nti, *"Laba, omukono gwa MUKAMA teguyimpawadde n'okuyinza ne gutayinza kulokola, so n'okutu kwe tekumuggadde n'okuyinza ne kutayinza kuwulira. Naye obutali butuukirivu bwammwe bwe bwawudde mmwe ne Katonda wammwe, N'ebibi byammwe bye bimukwekesezza amaaso n'atayagala kuwulira."* Kubanga omulabe ajja kusalako essaala zaffe olw'ekibi, okusaba ne kuba nga kukuba bbanga mu kifo ky'okutuuka ku namulondo ya Katonda.

Eky'okubiri, bwe tusaba naye nga tusunguwalidde baganda baffe, Katonda tajja kutuddamu. Kubanga Kitaffe ali mu ggulu tajja kutusonyiwa okujjako nga tusonyiye baganda baffe okuva ku mutima gwaffe (Matayo 18:35), okusaba kwaffe tekusobola kutuuka eri Katonda wadde okuddibwamu.

Eky'okusatu, bwe tusaba nga twagala okukkusa okwagala kwaffe, Katonda tajja kuddamu kusaba kwaffe. Bwe tutamuwa kitiibwa Kye wabula ne tubeera nga tusaba n'okuyaayaana okw'embala y'ekibi n'okukozesa ebyo byetufuna okuva Gyali mu byaffe, Katonda tajja kutuddamu (Yakobo 4:2-3). Eky'okulabirako, eri omwana omuwulize era ayagala okusoma kitaawe ajja kumuwa akasente bwanaaba akasabye. Naye omwana omugyeemu atafa ku bya kusoma nnyo, bwasaba sente kitaawe ajja kuzimuwa nga tayagala kubanga abeera mwerariikirivu nnyo nti agenda kuzikozesa mu bintu ebitaliimu. Mu ngeri y'emu, bwe tubaako kye tusaba n'ebigendererwa ebiccaamu era nga twagala kukussa kuyaayaana kwaffe okw'embala ey'ekibi, Katonda tajja kutuddamu kubanga tuyinza okukwata ekkubo eritutwala mu kuzikirira.

Eky'okuna, tetulina kusaba wadde okugoberera bakatonda abalala (Yeremiya 11:10-11). Kubanga Katonda akyawa okusinza ebifaananyi okusinga ekintu ekirala kyonna, twetaaga kusaba ku lw'obulokozi bw'emyoyo gyabwe. Okusaba kwonna okugenda gye bali tekujja kuddibwamu.

Eky'okutaano, Katonda taddamu kusaba kujjudde kubuusabuusa kubanga okusobola okufuna okuddibwamu okuva eri Mukama tuba tulina kumala kukkiriza nga tetubuusabuusa (Yakobo 1:6-7). Mmanyi nti bangi ku mmwe mwerabiddeko ku kuwonyezebwa kw'endwadde ezitawona era n'okugenda kw'ebizibu ebiringa ebitayinza kuggwawo abantu bwe baasaba Katonda okubiyingiramu. Kino kiri bwe kityo lwakuba Katonda yatugamba *"Mazima mbagamba nti, Buli aligamba olusozi luno nti, 'Sigulibwa, osuulibwe mu nnyanja, nga tabuusabuusa mu mutima gwe naye ng'akkiriza nga ky'ayogera kikolebwa, alikiweebwa"* (Makko 11:23). Olina okumanya nti okusaba okujjudde okubuusabuusa tekusobola kuddibwamu era ng'okusaba kwokka okukwatagana n'okwagala kwa Katonda kwe kujja okuleeta obukakafu bwe nnyini nti kisoboka okukolebwa.

Eky'omukaaga, bwe tutagondera biragiro bya Katonda, okusaba kwaffe tekujja kuddibwamu. Bwe tugondera ebiragiro bya Katonda era ne tukola ebyo ebimusanyusa, Bayibuli etubuulira nti tubeera n'obukakafu mu maaso ga Katonda era ne tufuna okuva Gyali kyonna kye tusabira (1 Yokaana 3:21-22). Kubanga Engero 8:17 watugamba, *"Njagala abo abanjagala; N'abo abanyiikira okunnoonya balindaba,"* okusaba kw'abantu abagondera ebiragiro bya Katonda olw'okumwagala (1 John 5:3) ddala kujja kuddibwamu.

Eky'omusanvu, tetusobola kufuna kuddibwamu eri okusaba kwaffe okuva eri Katonda awatali kusiga. Kubanga Abaggalatiya 6:7 wasoma nti, *"temulimbibwanga, Katonda tasekererwa kubanga omuntu kyonna kyasiga era ky'akungula,"* ne 2 Abakkolinso 9:6 watugamba nti, *"Naye kye njogedde kino nti, Asiga entono, alikungula ntono, era asiga ennyingi, alikungula nnyingi,"* awatali kusiga omuntu tasobola kukungula. Omuntu bwasiga essaala, emmeene ye ekulaakulana bulungi; bwasiga eky'okuweebwayo, ajja kufuna emikisa egy'ensimbi; bwasiga n'ebikolwa bye, ajja kufuna emikisa gy'okubeera obulungi. Mu bufunze, olina okusiga ekyo kyoyagala okukungula era osige okusinziira ku bwoyagala okufuna okuva eri Katonda.

Okwongereza ku bukwakkulizo obwo waggulu, abantu bwe balemererwa okusaba mu linnya lya Yesu Kristo oba ne balemererwa okusaba okuva ku ntobo y'omutima gwabwe, oba ne babeera nga baleekaana buleekaanyi, okusaba kwabwe tekujja kuddibwamu. Obutawang'ana kitiibwa wakati w'omwami n'omukyala (1 Peetero 3:7) oba obujeemu, tebibaweesa kya kuddamu eri okusaba kwabwe okuva eri Katonda.

Bulijjo tulina okujjukiranga nti obukwakkulizo ng'obwo waggulu bwe butondawo ekisenge wakati wa Katonda naffe; Ajja kutuggyako amaaso Ge aleme okuddamu okusaba kwaffe. N'olwekyo, tulina okusooka okunoonya obwakabaka bwa Katonda n'obutuukirivu Bwe, ne tumukaabirira mu kusaba ne tusobola okufuna okuyaayaana kw'emitima gyaffe, era ne tusobola okufuna okuddibwamu kwa Katonda bulijjo nga tunnyiikira bulijjo mu kukkiriza okunywevu okutuuka ku nkomerero.

3. Ebyama mu Kufuna Okuddamu Okusaba Kwaffe

Ku ddaala erisooka ng'omuntu yakatandika obulamu bwe mu bulamu obw'ekikristaayo, mu mwoyo abeera ageraageranyizibwa ku mwana omuto, era Katonda addamu mangu nnyo okusaba kwe. Kubanga omuntu oyo abeera tannategeera amazima gonna, bwateeka mu nkola ekigambo kya Katonda kyayiga ne bwe kiba kitono kitya, Katonda ajja kumuddamu nga bw'olaba omwana bwakaabira amata, era n'amukulembera asisinkane Katonda. Era bwagenda mu maaso n'okuwulira saako okutegeera amazima, ajja kukula ave ku ddaala "ery'obwana", era gyakoma okuteeka amazima mu nkola, Katonda ajja kumuddamu. Omuntu bw'aba avudde mu kubeera "omwana" ng'alina kubeera ku ddaala eriddako mu mwoyo kyokka n'asigala ng'akyayonoona era n'alemererwa okutambulira mu mazima, tasobola kufuna kuddibwamu kwa Katonda; okuva awo okuddamu kwa Katonda abeera ajja kukufuna okusinziira ku gyakoma okutuukiriza obutuukirivu.

N'olwekyo, abantu abatannafuna kuddibwamu kwa Katonda nga bandyagadde okukufuna, balina okusooka okwenenya, ne bakyuka okuva mu nkola zaabwe, era batandike okutambulira mu makubo ag'obuwulize nga batambulira mu kigambo kya Katonda. Bwe batambulira mu mazima oluvannyuma lw'okwenenya n'okuwaayo omutima gwabwe, Katonda abawa emikisa ogyewuunyisa. Kubanga Yobu yalina okukkiriza okumanye obumanye, mu kusooka yeemulugunyiza Katonda okugezesa n'ebibonoobono bwe byajja gyali. Oluvannyuma lwa Yobu okusisinkana Katonda era ne yeenenya ng'awaayo omutima gwe gwonna, yasonyiwa mikwano gye era n'atambulira mu kigambo kya Katonda. Era ekyavaamu, Katonda yamuwa omukisa ogukubisaamu gwe yalina nga byonna tebinnabaawo (Yobu 42:5-10).

Yona yeesanga munda w'ekyennyanja ki lukwata olw'obujeemu bwe eri ekigambo kya Katonda. So nga, bwe yasaba, ne yeenenya, era ne yeebaza mu kusaba olw'okukkiriza, Katonda yalagira ekyennyanja, ne kisesema Yona ku lukalu (Yona 2:1-10).

Bwe tukyuka okuva mu makubo gaffe, ne twenenya, era ne tutambulira mu kwagala kwa Katonda, nga tukkiriza n'okumukowoola, omulabe setaani bw'ajja gyoli ayita mu kkubo limu kyokka ajja kukudduka ng'yita mu makubo musanvu. Na bwe kityo, endwadde, ebizibu ku baana baffe, n'ebizibu by'ensimbi bijja kugonjoolebwa byokka. Omwami abadde akuyigganya afuuke omusajja omulungi era ow'ekisa gyoli era mufune n'amaka agalimu emirembe agafulumya akawoowo ka kristo ekiweesa Katonda ekitiibwa eky'amaanyi.

Bwe tukyuka okuva mu ngeri zaffe, ne twenenya, era ne tufuna okuddamu Kwe eri okusaba kwaffe, tulina okuddiza Katonda ekitiibwa nga tuwa obujjulizi ku lwe ssanyu lyaffe. Bwe tumusanyusa n'okumuddiza ekitiibwa okuyita mu bujjulizi bwaffe, Katonda tafuna kitiibwa kyokka n'okwetunyumirizaamu byokka, wabula abeera ayagala nnyo okubuuza nti, "Ye nkuwe ki kati?"

Katugambe omuzadde awadde mutabani we ekirabo era omwana n'atalabika ng'asanyuse oba n'atalaga ssanyu lye mu ngeri yonna. Nnyina ayinza obutayagala kumuwa kintu kirala kyonna. Wabula, omwana bwasanyuka ennyo olw'ekirabo ekimuweereddwa asanyusa nnyina, Era olw'okuba nnyina ayongera okusanyuka abeera ayagala okwongera mutabani we ebirabo ebirala bwatyo n'ategeka okukikolako. Mu ngeri y'emu, tujja kwongera okufuna okuva eri Katonda bwe tumuddiza ekitiibwa nga tujjukira nti Kitaffe Katonda asanyuka nnyo abaana Be bwe bafuna okuddibwamu eri okusaba kwabwe era n'abongera n'ebirabo ebisingawo obulungi abo abaweera obujjulizi okuddibwamu kwabwe.

Ffenna katusabe okusinziira ku kwagala kwa Katonda, tumulage okukkiriza kwaffe n'okwewaayo, era tufune okuva Gyali buli kyonna kye tusaba. Okulaga Katonda okukkiriza kwaffe n'okwewaayo kiyinza okulabika ng'ekizibu okukola okusinziira ku ndowooza y'abantu. Naye, oluvannyuma lw'okuyita mu bintu ng'okusuula eri ebibi byaffe ebinene ebikontaba n'amazima, amaaso gaffe ne tugassa ku ggulu eritaggwaawo, ne tufuna okuddibwamu eri okusaba kwaffe, era ne tuzimba empeera zaffe mu bwakabaka obw'omu ggulu, obulamu bwaffe bujja kujjula okwebaza ne ssanyu n'okuwulira nti bulina amakulu. Era, obulamu bwaffe bujja kwongera okuweebwa omukisa kubanga okubonaabona n'endwadde bijja kubeera bigobeddwa era okuwulira emirembe kwe nnyini kusobola okuwulirwa mu kulung'amizibwa kwa Katonda n'obukuumi.

Ka buli omu ku mmwe asabe mu kukkiriza kyonna kyayagala, okusaba obutalekaayo, okulwanyisa ekibi n'okugondera amateeka Ge, okusobola okufuna buli kyonna ky'osaba, omusanyuse mu buli nsonga yonna, era oddize Katonda ekitiibwa eky'amaanyi, mu linnya erya Yesu Kristo Nsabye!

Essuula 2

Tukyetaaga Okumusaba

Kale ne mulyoka mujjukira amakubo gammwe amabi n'ebikolwa bya mmwe ebitali birungi, kale mulyetamwa mu maaso gammwe mmwe olw'obutali butuukirivu bwammwe n'olw'emizizo gyammwe. "Sikola kino ku lwammwe", bwayogera MUKAMA Katonda, "mukimanye: mukwatirwe ensonyi amakubo gammwe, muswale, ai ennyuma ya Isiraeri!" Bwati bw'ayogera MUKAMA Katonda nti, "Ku lunaku lwe ndibanaalizaako obutali butuukirivu bwammwe bwonna, ndituuza abantu mu bibuga, n'amatongo galizimbibwa. N'ensi eyalekebwangawo eririmibwa, naye yabanga nsiko mu maaso g'abo bonna abayitawo. Kale balyogera nti, 'Ensi eno eno eyalekebwangawo efuuse ng'olusuku Adeni; n'ebibuga ebyazika ebyalekebwawo ebyagwa bikoleddwako enkomera abantu ne babituulamu.' Kale amawanga agasigadde okubeetooloola ne galyoka gamanya nga nze MUKAMA, nzimbye ebifo ebyagwa ne nsimba ekyo ekyalekebwawo,; 'Nze, MUKAMA, nkyogedde nange ndikikola." Bw'ati bw'ayogera MUKAMA Katonda nti, "Era njagala ennyumba ya Isiraeri okumbuuza ekyo okukibakolera: ndibongerako abantu ng'ekisibo."

(Ezeekyeri 36:31-37)

Mu bitabo enkaaga mw'omukaaga ebya Bayibuli, Katonda nga y'omu jjo, leero, n'olubeerera (Abaebbulaniya 13:8) akakasa nti Mulamu era ali mukukola. Eri abo bonna abakkiririza mu kigambo Kye n'okukigondera mu Ndagaano Enkadde n'empya, n'olwaleero, Katonda abalaze mu bwesigwa obukakafu bw'omulimu Gwe.

Katonda Omutonzi wa buli kintu kyonna mu nsi era nga ye mufuzi w'obulamu, okufa, ebikolimo, n'emikisa mu bantu yatusuubiza "okutuwa omukisa" (Ekyamateeka olw'okubiri 28:5-6) kasita tuba nga tukkiririza mu kigambo Kye n'okukigondera ekyo ekisangibwa mu Bayibuli. Kati, bwe tuba nga ddala twakkiririza mu mazima gano ag'ekitalo, kiki kye tuyinza okubulwa era kiki kye tuyinza obutafuna? Tusanga mu Kubala 23:19, *"Katonda si muntu, okulimba, So si mwana wa muntu, okwejjusa; Ayogedde, n'okukola talikola? Oba agambye, n'okutuusa talikituusa?"* Katonda ayinza okwogera n'atakikola? Ayinza okusuubiza n'atatuukiriza? Era, olw'okuba Yesu yatusuubiza mu Yokaana 16:23, *"Ddala, ddala mbagamba nti, Buli kye mulisaba Kitange alikibawa mu linnya lyange."* Abaana ba Katonda ddala balina omukisa.

N'olwekyo, kijja kyokka abaana ba Katonda okutambulira mu bulamu nga bufuna buli kyonna kye basaba era ne baddiza Kitaffe ali mu ggulu ekitiibwa. Olwo lwaki Abakristaayo bangi balemererwa okubeera mu bulamu obw'ekika kino? Nga tusinziira ku byawandiikibwa okwesigamiziddwa essuula eno, katwekkeneenye engeri gye tuyinza okufunamu okuddibwamu okuva eri Katonda bulijjo.

1. Katonda Akyogedde era Ajja Kukikola Naye era Twetaaga Okumusaba

Ng'abantu ba Katonda abalonde, abaana ba Isiraeri baweebwa omukisa mu bungi. Baasuubizibwa nti bwe banaagondera ddala era ne bagoberera ekigambo kya Katonda, Ajja kubasukulumya ku mawanga amalala gonna ku nsi, abalabe baabwe abateeke mu mikono gyabwe, era n'awa omukisa buli kye banaateekangako engalo (Ekyamateeka olw'okubiri 28:1, 7, 8). Emikisa egyayogerwako gyajjanga eri Aba Isiraeri bwe baagonderanga ekigambo kya Katonda, naye bwe baayonoonanga, ne bajeemera Amateeka era ne basinza ebifaananyi, mu busungu bwa Katonda nga bawambibwa era nga n'ensi mwe baabeeranga gafuuka matongo.

Mu kiseera ekyo, Katonda ng'agamba abaana ba Isiraeri nti bwe baneenenya era ne bakyuka okuleka ebibi byabwe, Yali ajja kuganya amatongo okuzimbibwa n'ensi eyalekebwawo okuddamu okulimibwa. Era, Katonda n'ayogera nti *"Nze, MUKAMA nkyogedde nange ndikikola. Era njagala ennyumba ya Isiraeri okumbuuzanga ekyo okukibakolera"* (Ezekyeeri 36:36-37).

Lwaki Katonda yasuubiza Abaisiraeri nti Ajja kubaako byabakolera kyokka ate era nagamba nti balina "okukimusaba" alyoke akibawe?

Wadde Katonda amanyi bye twetaaga wadde nga tetunabimusaba (Matayo 6:8), Y'omu era eyatugamba nti,

"Musabe muliweebwa... Kubanga asaba aweebwa ... Kitammwe ali mu ggulu talisinga nnyo okubawa ebirungi abamusaba" (Matayo 7:7-11)!

Okwongereza kwekyo, nga Katonda bwatugambye mu Bayibuli yonna nti tulina okusaba n'okumukowoola ffe okusobola okufuna okuddibwa Kwe (Yeremiya 33:3; Yokaana 14:14), Abaana ba Katonda abakkiririza ddala mu kigambo Kye balina okusaba n'okutegeeza Katonda ensonga zaabwe wadde nga yayogera nti ddala ajja kukitukolera.

Ku ludda olulala, Katonda bwagamba, Nja kukikola," Bwe tukkiriza n'okugondera ekigambo Kye, tujja kufuna eby'okuddamu. Ku ludda olulala, bwe tubuusabuusa, ne tugezesa Katonda, era ne tulemererwa okwebaza kyokka ne tudda mu kwemulugunya mu kugezesebwa n'okubonaabona – mu bufunze, bwe tulemererwa okukkiririza mu bisuubizo bya Katonda – tetusobola kufuna kuddibwamu kwa Katonda. Wadde Katonda atusuubizza nti "Nja kukikola," ekisuubizo ekyo kisobola okutuukirizibwa singa tusobola okunyweza ebisuubizo mu kusaba ne mu bikolwa. Omuntu tasobola kugambibwa nti alina okukkiriza bw'atasaba wabula n'atunulira butunulizi ekisuubizo ekyo ng'agamba, "Anti Katonda yagamba nti, kijja kukolebwa." Oba tasobola kufuna kuddibwamu nga tewali bikolwa biweerekera ku kyasabye.

2. Tulina Okusaba Okusobola Okufuna Okuddibwamu kwa Katonda

Okusooka, olina okusaba okusobola okumenyaamenya ekisenga ekiyimirira wakati wo ne Katonda. Danyeri bwe yawambibwa e Babulooni oluvannyuma lw'okugwa kwa Yerusaalemi, yagwa ku bunnabbi bwa Yeremiya era n'ategeera nti okugwa kwa Yerusaalemi kwali kwa kumala emyaka nsanvu. Mu myaka egyo ensanvu, nga Daniel bwe yakitegeera, Isiraeri yali yakuweereza kabaka wa Babulooni. Wabula ng'emyaka ensanvu bwe ginaggwayo, kabaka wa Babulooni, obwakabaka bwe, n'ensi y'abakaludaaya byali bijja kukolimirwa era bizike olw'ebibi byabwe. Wadde Abaisiraeri baali mu buwambe e Babulooni, Obunnabbi bwa Yeremiya nti baali baakwetwala nate n'okudda mu nsi yaabwe oluvannyuma lw'emyaka nsanvu yali nsulo lya ssanyu n'okukakkana eri Danyeri.

Kyokka wadde guli gutyo, Danyeri wadde yandibadde ajjaguza n'okubuulirako Abaisiraeri banne teyakikola. Wabula Danyeri yamalirira okwegayirira Katonda ng'asaba n'okumunoonya, ng'asiiba, n'okwesiba ebibukutu n'evvu. Era ne yeenenya ku lwa Isiraeri yonna olw'okuba baali baayonoona, nga baakola eby'obubambaavu, n'eby'obubi, nti bajeemma, era ne bakyama okuleka ebiragiro Bye n'emisango Gye (Danyeri 9:3-19).

Katonda bye yali abikkulidde Nnabbi Yeremiya te yali engeri obuwambe bwa Isiraeri e Babulooni engeri gye bunaatuuka ku nkomerero; Yali awadde obunnabbi oluvannyuma lw'emyaka ensanvu. Olw'okuba Danyeri yali amanyi amateeka ag'ensi ey'omwoyo, yali amanyi bulungi nti ekisenge ky'ebibi kyali kiyimiridde wakati wa Isiraeri ne Katonda era n'asooka akimenyaamenya ebigambo bya Katonda okusobola okutuukirira. Era olw'okukola kino, Danyeri yalaga okukkiriza kwe n'ebikolwa. Danyeri bwe yasiiba n'okwenenya – ku lulwe ne ku lwa Isiraeri – olw'okujeemera Katonda ekyabaviirako okukolimirwa, Katonda yagyawo ekisenge ky'ebibi, era naddamu Danyeri, n'awa Abaisiraeri "ssabbiiti nsanvu mu musanvu'," era n'amubikkulira ebyama ebirala.

Bwe tufuuka abaana ba Katonda abasaba okusinziira ku kigambo kya Kitaffe, tulina okutegeera nti okumenyamenya ekisenge eky'ebibi kye kisooka nga okufuna okuddibwamu eri okusaba kwaffe tekunnaba era nti tulina okusosowaza okumyenyamenya ekisenge ekyo.

Eky'okubiri, tulina okusaba mu kukkiriza era mu bugonvu.
Mu Kuva 3:6-8 tusoma ku kisuubizo kya Katonda eri abantu ba Isiraeri, nga mu kiseera ekyo baali baakubeera mu buddu e Misiri, nti naye Ajja kubaggya mu Misiri abatwale mu Kanani, ensi ekulukuta n'amata n'omubisi gw'enjuki. Kanani y'ensi Katonda gye yasuubiza abaana ba Isiraeri okugibawa nga eyabwe (Okuva 6:8). Yabalayirira nti ajja kuwa ezzadde lyabwe ensi eyo n'abagamba nti bambukeyo (Okuva 33:1-3). Era nga mu nsi eyo ensuubize Katonda yalagira Isiraeri okusaanyaawo ebifaananyi byonna abantu abaali babeerayo bye baali basinza era n'abalabula obutakola ndagaano n'abantu abaali babeerayo ne bakatonda baabwe, Abaisiraeri baleme okubatega obutego wakati waabwe ne Katonda waabwe. Kino kye kyali ekisuubizo okuva eri

Katonda oyo atuukiriza byasuubiza. Olwo, lwaki, Abaisiraeri tebaasobola kuyingira nsi eye Kanani?

Mu butakkiririza bwabwe mu Katonda n'amaanyi Ge, abaana ba Isiraeri beemulugunya eri Katonda (Okubala 14:1-3) era ne bajeemera Katonda, era bwe batyo ne balemererwa okuyingira ensi y'e Kanani so nga baagiri kumpi nnyo (Okubala 14:21-23; Abaebbulaniya 3:18-19). Mu bufunze, wadde Katonda yali asuubizza Abaisiraeri ensi ya Kanani, ekisuubizo ekyo kyali tekibagasa singa baali tebamukkiririzaamu oba okumugondera. Singa baali bakkiriza n'okumugondera, ekisuubizo ekyo ddala kyandituukiridde. Era ku nkomerero, Yoswa ne Kalebu bokka abakkiririza mu kigambo kya Katonda, wamu n'ezzadde lya Isiraeri beebasobola okuyingira Kanani (Yoswa 14:6-12). Okuyita mu byafaayo bya Isiraeri, tujjukirenga nti tusobola okufuna okuddibwamu kwa Katonda singa tubeera tumusabye era nga tulina obwesige mu kisuubizo Kye n'okugonda, Era nti tufuna okuddamu Kwe bwe tumusaba mu kukkiriza.

Wadde ye Musa ddala yakkiririza mu kisuubizo kya Katonda ku nsi ensuubize eye Kanani, naye olw'okuba Abaisiraeri tebakkiririza mu maanyi ga Katonda, naye yennyini n'agaanibwa okuyingira mu nsi ensuubize. Omulimu gwa Katonda olumu guleetebwa na kukkiriza okw'omuntu omu so nga ate mu mbeera endala gutuukirizibwa singa buli muntu abeera akkiriza, ekyo n'ekirabisa omulimu Gwe. Mu kuyingira Kanani, Katonda yali yeetaaga okukkiriza kw'Abaisiraeri bonna, si kwa Musa yekka. Kyokka, olw'okuba teyalaba kukkiriza kwa kika kino mu ba bantu ba Isiraeri, Katonda teyabaganya kuyingira Kanani.

Mulina okujjukira nti Katonda bw'abeera anoonya okukkiriza okw'abantu abangi si omu yekka, abantu bonna beetaaga okusaba mu kukkiriza ne mu bugonvu, era ne bafuuka omu mu mutima olwo basobole okufuna okuddibwamu kwa Katonda.

Omukazi eyali abonaabona n'ekikulukuto ky'omusaayi nga tawona n'akoma ku kyambalo kya Yesu, Yesu yabuuza nti, "Ani akomye ku kyambalo kyange?" era omukazi oyo n'awa obujjulizi ku kuwonyezebwa kwe mu maaso g'abantu bonna abaali bakung'anye (Makko 5:25-34).

Omuntu okuwa obujjulizi ku Katonda kyakoze mu bulamu bwe kiyamba okukkiriza kw'abalala okukula era n'abazzaamu amaanyi basobole okukyuka bafuuke abantu abasabi abo abasaba ne bafuna okuddibwamu Kwe. Kubanga okufuna okuddibwamu kwa Katonda olw'okukkiriza kuyamba abatali bakkiriza okufuna okukkiriza n'okusisinkana Katonda omulamu, era ng'eno ddala ngeri ey'ekitalo ey'okuddiza Katonda ekitiibwa.

Mu kukkiriza n'okugondera ekigambo eky'omukisa mu Bayibuli, tulina okujjukiranga nti twetaaga okusaba wadde nga Katonda yatusuubiza nti, "kyogedde nange ndikikola," Katufunenga okuddamu Kwe bulijjo, tufuuke abaana Be ab'omukisa, era tumuddize ekitiibwa olw'okufuna omutima gwaffe bye guyaayaanira.

Essuula 3

Amateeka Ag'omwoyo ku Kuddibwamu kwa Katonda

Awo [Yesu] n'afuluma n'agenda ku lusozi olwa Zeyituuni, ng'empisa ye bwe yali; n'abayigirizwa be ne bamugoberera. Awo bwe yatuuka mu kifo awo, n'abagamba nti, "Musabe muleme okuyingira mu kukemebwa. Ye n'abaawukanako ebbanga ng'awakasukibwa ejjinja, n'afukamira n'asaba, ng'agamba nti, "Kitange, bw'oyagala, nziyaako ekikompe kino; naye si nga Nze bwe njagala, naye kyoyagala Ggwe, kikolebwe." Malayika n'amulabikira ng'ava mu ggulu ng'amussaamu amaanyi. N'afuba ng'alumwa ne yeeyongera okusaba ennyo: entuuyo Ze ne ziba ng'amatondo g'omusaayi, nga gatonnya wansi. Bwe yagolokoka mu kusaba, najja eri abayigirizwa be, N'abasanga nga beebase olw'ennaku, n'abagamba nti, "Ekibeebasizza ki? Mugolokoke musabe, muleme okuyingira mu kukemebwa"

(Lukka 22:39-46).

Abaana ba Katonda bafuna obulokozi era ne babeera ne ddembe okufuna okuva eri Katonda buli kimu kye basaba n'okukkiriza. Yensonga lwaki tusoma mu Matayo 21:22, *"Ne byonna byonna bye munaayagalanga, nga musaba, nga mukkirizza, munaabiweebwanga."*

So nga, abantu bangi beebuuza lwaki tebafuna eby'okuddamu okuva eri Katonda oluvannyuma lw'okusaba, ne beebuuza oba nga ddala okusaba kwabwe kwatuuse eri Katonda, oba ne babuusabuusa oba nga ddala Katonda awulidde okusaba kwabwe.

Nga bwe twetaaga okumanya engeri entuufu n'amakubo agatatawaanya mu lugendo ng'omuntu alina gyalaga, okujjako nga tutegedde engeri entuufu n'amakubo amatuufu omw'okuyita bwe tubeera tukusaba lwe tusobola okufunirawo eky'okuddamu okuva Gyali. Wabula ekikolwa eky'okusaba si kye kikakasa oba omuntu anaafuna okuddibwamu okuva eri Katonda; tulina okutegeera amateeka ag'ensi ey'omwoyo engeri gye gakolamu mu by'okusaba.

Katutunuulire amateeka ag'ensi ey'omwoyo engeri gye gakwatagana n'okuddamu okusaba okuva eri Katonda n'engeri gye gakwataganamu n'Emyoyo Omusanvu egya Katonda.

1. Amateeka Ag'ensi Ey'omwoyo ku Kuddibwamu Okuva eri Katonda

Olw'okuba tubeera tusaba Katonda Ayinza byonna ebintu bye tuba twetaaga era bye tuyaayaanira, Okusobola okufuna okuddamu Kwe, tulina kumusaba nga tukikolera mu mateeka ag'ensi ey'omwoyo. Tewali kufuba kwa muntu ka kubeera nga kwenkana kutya okusinziiraku birowoozo bye, engeri ze, etutumu lye, n'amagezi ge ebisobola okumuleetera okuddamu kwa Katonda.

Olw'okuba Katonda ye musazi w'emisango omutuukirivu (Zabuli 7:11), awulira okusaba kwaffe era n'akuddamu, Kyokka atwetaaza omuwendo ogusaanidde naye nalyoke addamu okusaba kwaffe. Okuddamu kwa Katonda eri okusaba kwaffe oyinza kukugeraageranya ku kugula ennyama ku muddaala. Omuddaala bwe tugufaananya Katonda, minzaane gyakoseza kye kiyinza okubeera ekyuma Katonda kyakozesa okupima, okusinziira ku mateeka ag'ensi ey'omwoyo, oba nga omuntu asaanidde okufuna okuddibwamu Kwe oba tannaba.

Katugambe tugenze ku muddaala okugula kiro bbiri ez'ennyama. Bwe tumusaba okutuwa ennyama gye tukimye, omukinjaagi apima ennyama n'alaba oba nga ewera eweze kiro ebbiri oba tennawera. Minzaani bweweza kiro bbiri ez'ennyama, omukinjaagi ng'aggya ku muguzi ensimbi eza kiro ebbiri ez'ennyama, olwo n'agisiba, n'agiwa omuguzi.

Mu ngeri y'emu, Nga Katonda addamu okusaba kwaffe, Ddala awatali kulemererwa abaako kyafuna okuva gye tuli ekitusaanyiza okuddibwamu okuva Gyali. Gano ge mateeka ag'ensi ey'omwoyo ku Katonda okuddamu okusaba kwaffe.

Katonda okusobola okuwulira okusaba kwaffe, abaako kyatwetaaza ekirimu amakulu, olwo nalyoka atuddamu. Omuntu bw'aba tannafuna kuddibwamu okuva eri Katonda eri okusaba kwe, kino kiri bw ekityo lwakuba tannaba kuwaayo eri Katonda ekyo ekisaanidde okumuweesa okuddamu. Olw'okuba nti omuwendo ogwetaagibwa okufuna okuddamu Kwe gukyukakyuka okusinziira ku kisabirwa, okutuuka ng'afunye ekika ky'okukkiriza ekitusobozesa okufuna okuddibwamu kwa Katonda, omuntu alina okwongera okusaba okutuuka ng'awezezza okukkiriza okwetaagibwa. Wadde tetumanyi mu bujjuvu omuwendo ogwo ogukkirizibwa Katonda, ye agumanyi. N'olwekyo, nga twegendereza nnyo okusobola okuwulira eddoboozi ly'Omwoyo Omutukuvu, twetaaga okusaba Katonda n'okusiiba, ebimu obisabira n'okusaba okw'ekiro, n'ebirala obisaba nga bw'okulukusa amaziga, so nga ebirala byetaaga okuwaayo ssaddaaka ey'okwebaza. Ebikolwa ng'ebyo biweza omuwendo ogwetaagibwa mu kufuna okuddibwamu okuva eri Katonda, Kuba abeera atuwa Ekika ky'okukkiriza ekitusobozesa okukkiriza era n'atuwa omukisa n'okuddamu Kwe.

Abantu ne bwe babeera babiri nga bateereddwawo okutandika okusaba okw'okwewaayo, omu ajja kufuna okuddibwamu kwa Katonda amangu ddala nga yakatandika okusaba, so nga omulala tajja kufuna kuddibwamu Kwe ne kiseera ekyateekebwaawo ne kiggwayo. Enjawulo eno ennene esobola kunnyonyolwa etya? Katonda mugezi era enteekateeka Ze azikolerawo lubereberye, Katonda bw'alangirira nti omuntu alina omutima ogujja okubeera nga gusaba era ajja kumalako ebbanga eriteereddwawo, Ajja kuddamu okusaba kw'omuntu oyo mangu ddala. So ng'ate, omuntu bw'alemererwa okufuna okuddibwamu kwa Katonda olw'ekizibu kyalimu kati, ekyo kibaawo lwakuba omuntu oyo abeera alemereddwa okuwaayo mu bujjuvu omuwendo ogumuweesa Okuddamu kwa Katonda. Bwe tusalawo okwewaayo mu kusaba okumala ekiseera, tulina okukimanya nti Katonda yalung'miza omutima gwaffe mwekyo osobole okubeera ng'oweza omuwendo ogwetaagisa mu kufuna okuddibwamu okuva eri Katonda. Na bwe kityo, Bwe tulemererwa okuweza omuwendo ogwo, tulemwa okufuna okuddibwamu kwa Katonda.

Eky'okulabirako, omusajja bw'asaba alung'amizibwe ku muntu anaabeera mukyala we, Katonda amunoonyeza omubeezi omulungi era n'amutegeka okuba nti akola ku lw'obulungi bw'omusajja mu byonna. Kino tekitegeeza nti, omukyala omutuufu Katonda gwategese ajja kwelamba mu maaso g'omusajja awo wennyini ne bw'anaaba tanatuuka ku myaka giwasa, olw'okuba akisabidde. Kubanga Katonda addamu abo abakkiriza nti bamaze okufuna kye basabidde okuva Gyali, mu kiseera Kye Ye ajja kwolesa omulimu Gwe gye bali. Kyokka wadde guli gutyo, okusaba kw'omuntu bwe kubeera tekukwatagana na kwagala Kwe, omuntu ne bwasaba atya! tajja kufuna kuddibwamu kwa Katonda. Bw'aba ng'omusajja oyo yasabira anaaba mukyala nga yeesigamye ku bintu ebirabika nti abeere nga yasoma, n'endabika omulenzi gye yeegomba, nga mugagga, nti ng'alina etutumu, n'ebiringa ebyo – kwe kugamba, ng'okusaba kwe kujjudde okweyagaliza okuva mu birowoozo bye – Katonda tajja kuddamu kusaba kwa kika ekyo.

Abantu babiri ne bwe basaba Katonda nga balina ekizibu

kye kimu kye nnyini, okutukuzibwa kwe baliko, n'ekigero ekyenjawulo eky'okukkiriza kwabwe kye baliko, biteeka okukkiriza kwabwe okubeera ku ddaala lya njawulo, na bwe kityo n'obungi bw'okusaba Katonda bw'afuna okuva gye bali nabwo bubeera bwa njawulo (Okubikkulirwa 5:8). Mu ngeri eyo omu ayinza okufuna okuddamu kwa Katonda mu mwezi gumu so nga omulala ayinza okukufunira mu lunaku lumu.

Wabula era, obukulu obuli ku kuddamu kwa Katonda eri okusaba kw'omuntu, n'obungi saako omuwendo gw'okusaba kwe gye birina okukoma. Okusinziira ku mateeka ag'ensi ey'omwoyo, ekibya eky'amaanyi kijja kugezesebwa nnyo ekibya ekyo kijja kuva mu kugezesebwa okwo nga zaabu omulungi ennyo so nga ekibya ekitono kijja kugezesebwa kitonotono era ne Katonda ajja kukikozesa kitono. N'olwekyo, tewali muntu alina kukolokota balala ng'agamba nti, "Kale laba oyo agazibu galimu kyokka ng'ate mwesigwa!" aleme okunnyiiza Katonda mu ngeri yonna. Mu ba jjajja b'okukkiriza, Musa yagezesebwa okumala emyaka 40 ne Yakobo okumala emyaka 20, era nga tumanyi bulungi nti baavaayo ng'ebibya ebirungi ennyo mu maaso ga Katonda era nga baakozesebwa nnyo olw'ekigendererwa Kye eky'amaanyi oluvannyuma lw'okuyita mu kusoomoozebwa okuyitiridde. Lowooza ku mitendera tiimu ye ggwanga esamba omupiira gyeyitamu okutondebwawo n'okutendekebwa. Omuntu bw'alabibwa n'obukoddyo obumuteesa ku lukalala lw'abasambi, atendekebwa okumala ebbanga saako okuteekebwamu obudde olwo nno lwajja okusobola okukiikirira eggwanga lye mu tiimu ye ggwanga.

Okuddibwamu kwe tunoonya okuva eri Katonda oba kunene oba kutono, tulina okukwata ku mutima Gwe okusobola okufuna okuddibwamu Kwe. Okusaba okusobola okufuna okuddibwamu eri buli kimu kye tusaba, Katonda abeera alina okukwatibwako era atuddemu bwe tunaamuwa omuwendo gwe ssaala ogwegasa, anaaze emitima gyaffe okuba nga tewali kisenge kya bibi wakati waffe ne Katonda, era twebaze, tutendereze, tuweeyo, n'ebiringa ebyo nga akasiimo k'okukkiriza kwaffe mu Ye.

2. Enkolagana Wakati W'amateeka Ag'ensi Ey'omwoyo ne Emyoyo Omusanvu

Nga bwe twekenneenyezza nga tukozesa ekifaananyi ky'omuddaala gw'ennyama n'eminzane y'omukinjaagi waggulu, okusinziira ku mateeka ag'ensi ey'omwoyo Katonda apima obungi bw'essaala za buli muntu awatali kukola nsobi yonna era n'ategeera nti omuntu awezezza essaala ezimuweesa okuddamu eri okusaba kwe. Abantu abasinga basalawo ku bintu ebimu nga basinziira kwekyo kye balaba n'amaaso gaabwe, Katonda ye yeekenneenya awatali nsobi yonna ng'akolera wamu n'emyoyo omusanvu egya Katonda (kubikkulirwa 5:6). Kwe kugamba, Emyoyo omusanvu bwe gikkiriza nti omuntu asaanidde, aweebwa okuddibwamu okuva eri Katonda eri okusaba kwe.

Emyoyo Omusanvu Gipima Ki?

Okusooka, Emyoyo omusanvu gipima okukkiriza kw'omuntu.

Mu kukkiriza, waliwo 'okukkiriza okw'omwoyo' ne 'okukkiriza okw'omubiri.' Ekika ky'okukkiriza Emyoyo omusanvu kwe gipima si kwe kukkiriza okumanye obumanye – okukkiriza okw'omubiri – wabula okukkiriza okw'omwoyo okulamu okuwerekerwako ebikolwa (Yakobo 2:22). Eky'okulabirako, waliwo ekintu eky'ogerwako mu Makko 9 nga tulaba taata w'omwana eyali yawambibwa dayimooni nga zimutaagulataagula era nga z'amufuula kasiru bwe yajja eri Yesu (Makko 9:17). Taata yagamba Yesu, "Nzikkirizza; saasira obutakkiriza bwange!" Wano taata yali akkiriza nti yalina okukkiriza okw'omubiri, bwe yagamba nti, "Nzikirizza" kyokka n'amusaba okumuwa okukkiriza okw'omwoyo, ng'agamba nti, "saasira obutakkiriza bwange!" Yesu yaddamu taata amangu ago era n'awonya omulenzi (Makko 9:18-27).

Tekisoboka kusanyusa Katonda awatali kukkiriza (Abaebbulaniya 11:6). So ng'ate, tusobola okufuna okuyaayaana kw'emitima gyaffe bwe tumusanyusa, Bwe tutambulira mu kukkiriza okusanyusa Katonda tusobola okufuna okuyaayana kw'emitima gyaffe. N'olwekyo, bwe tutafuna kuddibwamu kuva eri Katonda wadde yatugamba nti, "Kijja kukolebwa nga bw'okkiriza," kitegeeza nti okukkiriza kwaffe tekunatuukirizibwa.

Eky'okubiri, emyoyo omusanvu gipima essanyu.

Nga 1 Abassesaloniika 5:16 bwe watugamba nti mujaguzenga,

kwe kwagala kwa Katonda ffe okubeera nga tujjaguza bulijjo. Mu kifo ky'okusanyuka mu biseera ebizibu, Abakristaayo bangi ennaku zino beesanga nga bali mu bulumi, nga batidde, era nga beerariikirivu. Bwe babeera nga ddala bakkiririza mu Katonda omulamu n'omutima gwabwe gwonna, bulijjo balina okubeera abasanyufu embeera gye balimu ne bw'ebeera nzibu etya. Basobola okubeera abasanyufu olw'okubeera n'esuubi ery'amaanyi ery'obwakabaka obw'omu ggulu obutaggwaawo, so si mu nsi eno eyakaseera obuseera

Eky'okusatu, Emyoyo omusanvu gipima okusaba kw'omuntu.

Olw'okuba Katonda atugamba okusaba obutalekaayo (1 Abasessaloniika 5:17) era n'asuubiza okuddamu abo abamusaba (Matayo 7:7), kiba kikola amakulu bwe tufuna okuva eri Katonda ekyo kye tumusaba. Ekika ky'okusaba ekisanyusa Katonda kirimu okusaba obutalekaayo (Lukka 22:39) n'okufukamira wansi okusaba nga okwagala kwa Katonda bwe kuli. Ne ndowooza ey'ekika kino saako okufukamira, tujja kukoowola Katonda n'omutima gwaffe gwonna era okusaba kwaffe kujja kubeera n'okukkiriza saako okwagala. Katonda yeekenenya okusaba okw'ekika kino. Tetulina kusaba nga tulina kye twetaaga lwokka oba nga waliwo ekitunyize ne tutandika okwemulugunya n'okusindira mu kusaba, naye saba nga okwagala kwa Katonda bwe kuli (Lukka 22:39-41).

Eky'okuna, Emyoyo omusanvu gipima okwebaza.

Katonda atulagira okwebaza obutakoma (1 Abasesaaloniika 5:18), omuntu yenna alina okukkiriza, eky'okwebaza okuva mu mutima mu buli kimu kijja buzi kyokka. Olw'okuba yatuggya mu kkubo ery'okuzikirira okutuzza ku kkubo ery'obulamu obutaggwaawo, tuyinza tutya obuteebaza? Tulina okwebaza olwa Katonda okusisinkana abo abamunoonya n'okuddamu abo abamunoonya. Era ne bwe tubeera tusisinkanye ebizibu mu bulamu buno obw'oku nsi obw'ekiseera obuseera, tulina okwebaza kubanga essuubi lyaffe liri mu bulamu bwe ggulu obutaggwaawo.

Eky'okutaano, Emyoyo omusanvu gipima okulaba omuntu akuuma amateeka ga Katonda oba nedda.

1 Yokaana 5:2 watugamba, *"Ku ekyo kwe tutegeerera nga twagala abaana ba Katonda, bwe twagala Katonda ne tukola ebiragiro Bye,"* era ebiragiro bya Katonda tebizitowa (1 Yokaana 5:3). Omuntu okufukamiranga n'okukoowolanga Katonda mu kusaba, kwe kusaba okw'okwagala okuva mu kukkiriza. N'okukkiriza kwe saako okwagala kwe eri Katonda, ajja kusaba nga bikwatagana n'ekigambo Kye.

Abantu bangi beemulugunya nti Katonda tabaddamu so nga batambula badda bugwanjuba wadde nga Bayibuli ebagamba kudda, "Buvanjuba." Nga beetaaga kimu kukkiriza bayibuli kye bagamba era bakigondere. Banguwa nnyo mu kuzza ekigambo kya Katonda ebbali, ne bapimaapima embeera okusinziira ku birowoozo byabwe n'enjigiriza zaabwe, era ne basaba nga beerowoozaako bokka, Katonda abaggyako amaaso era n'atabaddamu. Katugambe nti wateesezza okusisinkana mukwano gwo ku ggaali y'omukka egenda mu kibuga New York naye n'okizuula nti olabika oyagala bbaasi okusinga eggaali y'omukka, era n'olinnya bbaasi n'ogenda e New York. Ne bw'olinda kyenkana ki bbaasi w'ezisimba, toliraba mukwano gwo. Bw'oba nga wagenda bugwanjuba, nga wadde Katonda yakugamba "Kugenda buvanjuba," toyinza kugambibwa nti wamugondera. So nga kiba kiruma nnyo era kinakuwaza okulaba Abakristaayo abalina okukkiriza okw'ekika ekyo. Kuno tekubeera kukkiriza wadde okwagala. Bwe tugamba nti twagala Katonda, kijja kyokka ffe okukuuma ebiragiro Bye (Yokaana 14:15; 1 Yokaana 5:3).

Okwagala kwo eri Katonda kujja kukusindiikiriza okwongera okunyiikira okusaba. Era kino kijja kumala kizaale ebibala mu bulokozi bw'emyoyo n'okubuulira enjiri, n'okutuukiriza obwakabaka bwa Katonda n'obutuukirivu. Era omwoyo gwo gujja kukulaakulana era ojja kufuna amaanyi ag'okusaba. Olw'okuba ofuna okuddibwamu era n'oddiza Katonda ekitiibwa era olw'okuba okkiriza nti bino byonna bijja kuzaala empeera mu ggulu, ojja kwebazanga era tojja kukoowa. N'olwekyo, bwe twatula okukkiriza kwaffe mu Katonda, kijja kyokka ffe okugondera Amateeka Ekkumi, nga kye kifunze ky'ebitabo enkaaga mw'omukaaga ebya Bayibuli.

Eky'omukaaga, Emyoyo omusanvu gipima obwesigwa bw'omuntu.

Katonda ayagala tubeere beesigwa si mu nsonga emu

yokka, wabula tubeere beesigwa mu byonna mu nnyumba ya Katonda. Era, nga bwe kyawandiikibwa mu 1 Abakkolinso 4:2, *"Era wano kigwanira, abawanika, omuntu okulabikanga nga mwesigwa,"* kigwanira abo abalina obuvunaanyizibwa obwabaweebwa Katonda okusaba Katonda okubanyweza basobola okussangibwa nga beesigwa mu byonna era nga bamazima eri abantu ababeetooloodde. Okwongera kw'ekyo, balina okusaba bafune obwesigwa ewaka ne ku mulimu era nga bagezaako okubeera abeesigwa mu buli kimu kye beenyigiramu, obwesigwa bwabwe bulina okutuukirizibwa mu mazima.

Eky'omusanvu era nga kye kisembayo Emyoyo Omusanvu gipima okwagala.

Omuntu ne bwabeera asaanidde okusinziira ku bipimo omukaaga ebimennyeddwa waggulu, Katonda atugamba nti awatali kwagala "tetulina kye tuli" naye "ebitaasa ebireekaana," nti era ku kukkiriza, essuubi, n'okwagala, okwagala kwe kusinga obukulu. Era, Yesu yatuukiriza amateeka n'okwagala (Abaruumi 13:10) era abaana Be kitugwanidde okwagalananga.

Ffe okusobola okufuna okuddamu kwa Katonda eri okusaba kwaffe, tulina okubeera abatuukiridde bwe tupimibwa n'ebipimo byonna eby'Emyoyo Omusanvu. Olwo kino kitegeeza nti abakkiriza abaggya, abatannamanya mazima, babeera tebasobola kufuna kuddibwamu kwa Katonda?

Katugambe omwana atanatandika kwogera, olunaku lumu

ayogera bulungi nnyo ekigambo, "Maama!" Bazadde be bajja kusanyuka nnyo era bajja kuwa omwana waabwe ekintu kyonna kyayagala.

Mu ngeri y'emu, olw'okuba eriyo emitendera gy'okukkiriza egyenjawulo, Emyoyo omusanvu gipima buli gumu era ne baddamu okusinziira ku bye gizudde. N'olwekyo, Katonda akwatibwako era n'asanyuka okuddamu omuntu oyo eyakakkiriza ne bwalaga okukkiriza okutono. Katonda asanyuka okuddamu abakkiriza bwe babeera ku mutendera ogw'okubiri oba ogw'okusatu ogw'okukkiriza. Abakkiriza abali ku mutendera ogw'okuna oba ogw'okutaano ogw'okukkiriza, bwe batambulira mu kwagala kwa Katonda era ne basaba mu ngeri egwanidde Gyali, babeera basaanidde mangu ago mu maaso g'Emyoyo Omusanvu era ne bafuna mangu okuddamu okuva eri Katonda.

Mu bufunze, Omuntu gyakoma okubeera ku mutendera gw'okukkiriza ogwa waggulu – era ebiseera ebisinga abeera amanyi bulungi nnyo amateeka ag'ensi ey'omwoyo era n'agatambulira – gyakoma okufuna amangu okuddamu kwa Katonda. Olwo, nsonga ki eviirako abakkiriza abaggya okufuna okuddamu kwa Katonda amangu? Olw'ekisa kyafuna okuva eri Katonda, omukkiriza omuggya ajjuzibwa Omwoyo Omutukuvu era n'aba ng'asaanidde mu maaso g'Emyoyo omusanvu era bwatyo n'afuna okuddamu kwa Katonda mangu ddala.

Wabula wadde guli gutyo, bw'agenda agenda e buziba mu kumanya amazima agenda addirira era bwatyo n'agenda nga afiirwa okwagala okwasooka n'okufuba kwe yalina kugenda kuwola era ekyo kye yalina n'agenda nga akifiirwa.

Mu kuyaayaana kwaffe eri Katonda, katufuuke ab'amazima mu maaso g'Emyoyo omusanvu nga tulwana okutambulira mu mazima, tufune okuva eri kitaffe buli kimu kye tusabira, era tube nga tutambulira mu bulamu obw'omukisa bwe tutyo tube nga tuddiza Katonda ekitiibwa!

Essuula 4

Mmenyaamenya Ekisenge Eky'ebibi

Laba, omukono gwa MUKAMA teguyimpawadde n'okuyinza ne gutayinza kulokola, so n'okutu Kwe tukumuggadde, n'okuyinza ne kutayinza kuwulira. Naye obutali butuukirivu bwammwe bwe bwawudde mmwe ne Katonda wammwe, n'ebibi byammwe bye bimukwesezza amaaso, n'atayagala kuwulira

(Isaaya 59:1-2).

Katonda agamba abaana Be mu Matayo 7:7-8, *"Musabe, muliweebwa, munoonye, muliraba, mweyanjule, muliggulirwawo. Kubanga buli muntu asaba aweebwa, anoonya alaba eyeeyanjula aliggulirwawo"* era n'abasuubiza okuddamu okusaba kwabwe. Wabula wadde guli gutyo, lwaki abantu bangi balemererwa okufuna okuddibwamu kwa Katonda eri okusaba kwabwe so ng'ate yatusuubiza?

Katonda tawuliriza ssaala ya muntu mwonoonyi; Amuggyako amaaso. Era tasobola kuddamu kusaba kw'abantu abalina ekisenge ky'ebibi ekiyimiridde mu kkubo eribatwala ewa Katonda. N'olwekyo, okusobola okweyagalira mu kubeera omulamu era buli kimu ne kiba nga kitugendera bulungi nga n'omwoyo gwaffe bwe gukulaakulana, okumenyaamenya ekisenge ekiyimiridde mu kkubo eritutwala ewa Katonda kye tulina okusoosowaza.

Nga twekenneenya ebintu eby'enjawulo ebikola ekisenge eky'ebibi, Nkubiriza buli omu ku mmwe okufuuka omwana wa Katonda aweereddwa omukisa nga weenenya ebibi byo bwe wabaawo ekisenge eky'ebibi wakati wo ne Katonda, ofune buli kimu ky'osaba okuva eri Katonda mu kusaba, era osobole okumuddize ekitiibwa.

1. Menyaamenya Ekisenge Eky'ebibi Olw'obutakkiririza mu Katonda N'obutakkiriza Mukama nga Omulokozi wo

Bayibuli etulagira nti kiba kibi omuntu yenna obutakkiriza

mu Katonda n'obutakkiriza Yesu Kristo ng'omulokozi we (Yokaana 16:9). Abantu bangi bagamba, "Sirina kibi kyonna kubanga neeyisa bulungi," naye mu butamanya obw'omwoyo mwe boogerera ebintu ng'ebyo olw'obutamanya kikula kya bibi. Ekigambo kya Katonda tekiri mu mutima gwabwe, abantu ab'ekika kino tabamanyi njawulo eriwo wakati w'ekirungi n'ekibi era tebasobola kwawula wakati w'ekirungi n'ekibi. Era, nga tebamanyi obutuukirivu obutuufu kye buli, bye bapimisa ku nsi kuno bwe bimugamba nti "toli mubi," boogera awatali kwe kuba mu mutima n'akamu nti balungi. Omuntu ne bwagamba nti abaddenga yeeyisanga bulungi nnyo, bwe yeetunulamu ng'akozesa omusana gw'ekigambo kya Katonda oluvannyuma lw'okukkiriza Yesu Kristo, olwo akizuula nti obulamu bwe tebubadde "bulungi" wadde n'akatono. Kino kiri bwe kityo lwakuba ategeera nti obutakkiriza bwe Yesu Kristo ng'omulokozi kye kibi ekikyasinzeeyo. Katonda alina okuddamu okusaba kw'abantu abo abakkiriza Yesu Kristo era ne bafuuka baana Be, so nga n'abaana ba Katonda balina eddembe okufuna okuddibwamu Kwe eri okusaba kwabwe okusinziira ku kisuubizo Kye.

Ensonga lwaki abaana ba Katonda – abamukkiririzaamu era nga bakkiriza Yesu Kristo ng'omulokozi waabwe – balemwa okufuna okuddibwamu kwa Katonda eri okusaba kwabwe lwakuba, balemwa okutegeera nti waliwo ekisenge, ekiva ku bibi byabwe n'obubi, ekiyimiridde wakati waabwe ne Katonda. Yensonga lwaki ne bwe basiiba oba ne bateebaka ekiro kyonna nga bali mu kusaba, Katonda abaggyako amaaso era n'ataddamu kusaba kwabwe.

2. Mmenyaamenya Ekibi Ky'okulemererwa Okwagala Bantu Bannaffe

Katonda atugamba nti bwe kirina okubeera abaana Be okwagalana (1 Yokaana 4:11). Okwongerezaako, olw'okuba atugamba n'okwagala abalabe baffe (Matayo 5:44), okukyawa baganda baffe mu kifo ky'okubagala kubeera kujeemera kigambo kya Katonda bwe kityo kibeera kibi.

Kubanga Yesu Kristo yalaga okwagala Kwe okuyita mu kukomererwa ku lw'abantu bonna, abaana basibiddwa ekibi n'obubi, kituufu ffe okwagala bazadde baffe, baganda baffe, n'abaana baffe. So ng'ate, kibi kinene nnyo mu maaso ga Katonda okutereka ebintu nga obukyayi n'obutayagala kusonyiwagana. Katonda tatulagidde kumulaga kika kya kwagala Yesu kwe yatulaga bwe yafiira ku musaalaba okununula abantu okuva mu bibi byabwe; Wabula atusabye busabye okukyusa obukyayi bufuuke okusonyiwa. Olwo, lwaki kino kituzibuwalira nnyo?

Katonda atugamba nti omuntu yenna akyawa muganda we abeera "mussi" (1 yokaana 3:15), era nga yengeri yennyini kitaffe bwajja okutuyiza okuggyako nga tusonyiye baganda baffe (Matayo 18:35), era n'atukubiriza okubeera n'okwagala era twewale n'okwemulugunya ku baganda baffe nga twewala okusala emisango (Yakobo 5:9).

Olw'okuba Omwoyo Omutukuvu abeera mu buli

ssekinoomu ku ffe, olw'okwagala kwa Yesu Kristo eyakomererwa era nga yatununula okuva mu bibi byaffe eby'edda, ebiriwo, n'eby'omu biseera ebijja, tusobola okwagala abantu bonna bwe twenenya mu maaso Ge, ne tukyuka okuva mu makubo gaffe amakyamu, ne tufuna okusonyiyibwa Kwe. Naye olw'okuba abantu b'ensi eno tebakkiririza mu Yesu Kristo, kitegeeza nti tebayinza kusonyiyibwa ne bwe bagala okwenenya, era tebasobola kugabana kwagala okw'amazima n'abantu abalala kubanga tebalung'amizibwa Mwoyo Mutukuvu.

Muganda wo ne bwabeera yakukyawa, olina okubeera n'omutima nga gusigala ku mazima, otegeere era omusonyiwe, era omusabire mu kwagala, oleme naawe okufuuka omwonoonyi. Bwe tukyawa baganda baffe mu kifo ky'okubagala, tujja kubeera twonoonye mu maaso ga Katonda, tufiirwe obujjuvu bw'Omwoyo Omutukuvu, tufuuke abasirisiru abatalina makulu, ennaku zaffe zonna tuzimale nga tukungubaga. Era nga tetuyinza na kusuubira Katonda kuddamu kusaba kwaffe.

Okujjako nga tuyambibwa Omwoyo Omutukuvu lwe tusobola okwagala, okutegeera, n'okusonyiwa baganda baffe era ne tufuna okuva eri Katonda buli kyonna kye tusabira.

3. Okumenyeemenya Ekisenge ky'Ebibi Eky'okujeemera Ebiragiro bya Katonda

Mu Yokaana 14:21, Yesu atugamba nti, *"Alina ebiragiro byange n'abikwata, oyo nga ye anjagala, anjagala anaayagalibwa Kitange, nange nnaamwagalanga, nnaamulabikiranga."* Olw'ensonga eno, 1 Yokaana 3:21 watutegeeza nti *"Abaagalwa omutima bwe gutatusalira kutusinga, tuba n'obugumu eri Katonda."* Kwe kugamba, ekisenge eky'ebibi bwe kizimbibwa olw'obujeemu bwaffe eri ebiragiro bya Katonda, tetusobola kufuna kuddibwamu Kwe eri okusaba kwaffe. Okujjako ng'abaana ba Katonda bagondedde ebiragiro bya kitaabwe era ne bakola ebyo ebimusanyusa lwe basobola okusaba ekintu kyonna n'obuvumu era ne bafuna buli kye basaba.

1 Yokaana 3:24 watujjukiza nti, *"Akwata ebiragiro Bye abeera mu Ye, Naye mu ye. Era ku kino kwe tutegeerera ng'abeera mu ffe, olw'Omwoyo Gwe yatuwa."* Luteeka essira ku ky'okuba nti okujjako ng'omutima gw'omuntu gujjudde amazima nga aweera ddala Mukama waffe omutima gwe era n'atambulira mu kulung'amizibwa kw'Omwoyo Omutukuvu, lwasobola okufuna buli kimu kyonna kyasaba era n'obulamu bwe ne bubeera bulungi mu ngeri yonna.

Eky'okulabirako, Singa waaliyo ebisenge kikumi mu mutima gw'omuntu era byonna n'abiwa Mukama, emmeeme ye ekulaakulana era n'afuna emikisa era buli kimu ne kimutambulira bulungi. So ng'ate omuntu y'omu, bwawa Mukama ebisenge ataano byokka mu mutima gwe era biri ebirala n'abikozesa nga bwalabye, abeera tasobola kufuna kuddibwamu kwa Katonda buli ssaawa kubanga abeera afuna Okulung'amizibwa Kw'Omwoyo Omutukuvu kiseera buseera bw'abeera asaba Katonda ng'akozesa ebirowoozo bye saako okwegomba kwe okw'omubiri. Kubanga Mukama waffe abeera mu ffe, era ne bwe wabeerawo omusanvu mu maaso gaffe Atuzaamu amaanyi okuguyita ebbali oba okugutomera. Ne bwe tuyita mu kiwonvu ekyekisiikirize Atuwa engeri y'okukyewalamu, n'akola ku lw'obulungi mu bintu byonna, era n'atukulembera eri okukulaakulana.

Bwe tugondera Katonda nga tugondera ebiragiro Bye, tubeera mu Katonda ne Katonda abeera mu ffe, era tusobola okuddiza Katonda ekitiibwa nga bwe tufuna buli kimu kye tusabira. Ka tumenyeemenye ekisenge ky'ebibi eky'okujeemera ebiragiro bya Katonda, tutandike okubigondera, tubeera bagumu eri Katonda, era ekitiibwa tukiddize Katonda nga tufuna buli kye tusaba.

4. Katumenyeemenye Ekisenge Eky'ebibi Eky'okusaba olw'Okukusa Okuyaayaama kwaffe

Katonda atugamba nti byonna bye tukola, tubikole olw'ekitiibwa Kye (1 Abakkolinso 10:31). Bwe tusabira ekintu ekirala kyonna ekitali kya kumuweesa kitiibwa, olwo tubeera nga tunoonya okutuukiriza okwegomba kwaffe n'okuyaayaana kw'omubiri, era tetusobola kufuna kuddibwamu kwa Katonda eri okusaba okw'ekika ekyo (Yakobo 4:3).

Ku ludda olumu, bw'onoonya emikisa egikwatikako ku lw'obwakabaka bwa Katonda n'obutuukirivu Bwe, gamba nga obuyambi bw'abaavu, n'olw'okulokola emyoyo, ojja kufuna okuddibwamu kwa Katonda kubanga ogezaako okunoonya ekitiibwa Kye. Ku ludda olulala, bw'onoonya emikisa egikwatikako kubanga oyagala okwewaanira ku w'oluganda abeera akujerega nti, 'Ggwe agenda ku kanisa obeera otya omwavu?" Kitegeeza nti osaba n'obubi okubeera ng'okussa okuyaayaana kwo, era tejja kubeera kuddibwamu eri okusaba kwo. Ne mu nsi eno, abazadde abagalira ddala abaana baabwe tebajja kuwa mwana waabwe mitwala abiri kugenda kuzimalirawo mu Arcade. Mu ngeri y'emu, Katonda tayagala baana Be kutambulira mu kkubo ekyamu era olw'ensonga eno, tamala gaddamu buli kimu kye bamusaba. 1 Yokaana 5:14-15 watugamba nti, *"Era buno bwe bugumu bwe tulina eri Ye, nti bwe tusaba ekintu nga bw'ayagala, atuwulira. Era bwe tumanya ng'atuwulira buli kye tusaba, tumanyi nga tulina ebyo bye tumusabye."* Okujjako nga tusudde eri okuyaayaana kwaffe, wabula ne tusaba nga Katonda bwayagala n'olw'ekitiibwa Kye, tujja kufuna buli kimu kye tusaba.

5. Mmenyaamenya Ekisenge Eky'ebibi Eky'okubuusabuusa mu Kusaba

Katonda bulijjo asanyuka nnyo bwe tumulaga okukkiriza kwaffe, era awatali kukkiriza kizibu okusanyusa Katonda (Abaebbulaniya 11:6). Ne mu Bayibuli tulaba emirundi mingi nga Katonda addamu okusaba kw'abo abantu abaamulaga okukkiriza kwabwe (Matayo 20:29-34; Makko 5:22-43, 9:17-27, 10:46-52). Abantu bwe baalemwanga okulaga okukkiriza kwabwe mu Katonda, baanenyezebwanga "olw'okukkiriza kwabwe okutono" ne bwe baabanga bayigirizwa ba Yesu (Matayo

8:23-27). Abantu bwe baalaganga Katonda okukkiriza kwabwe okunene, n'Owamawanga naye yasiimibwa (Matayo 15:28). Katonda anenya abalemwa okukkiriza ne bwe kiba kitono kitya (Makko 9:16-29), era n'atugamba nti bwe tutereka wadde ekipimo ekisemberayo ddala eky'okubuusabuusa nga tusaba, tetulina kulowooza nti tujja kufuna ekintu kyonna okuva eri Mukama (Yakobo 1:6-7). Kwe kugamba, ne bwe tusiiba n'okusaba ekiro kyonna, okusaba kwaffe bwe kujjula okubuusabuusa, tetulina kusuubira nti tujja kufuna okuddamu kwa Katonda.

Era, Katonda atujjukiza nti, *"Mazima mbagamba nti, buli aligamba olusozi luno nti, 'Sigulibwa, osuulibwe mu nnyanja, nga tabuusabuusa mu mutima gwe naye ng'akkiriza nga kyayogera kikolebwa, alikiweebwa. Kyenva mbagamba nti, Ebigambo byonna byonna bye musaba n'okwegayirira, mukkirize nga mubiweereddwa, era nga mulibifuna"* (Makko 11:23-24).

Kubanga *"Katonda si muntu okulimba, So si mwana wa muntu, okwejjusa"* (Okubala 23:19), Nga bwe kyasuubizibwa, ddala Katonda addamu okusaba kw'abo abakkiriza era abanoonya ekitiibwa Kye. Abantu abagala Katonda era nga balina okukkiriza bamaliriza bakkiriza n'okunoonya ekitiibwa kya Katonda era yensonga lwaki bagambibwa okusaba kyonna kye bagala nti banaakiweebwa. Bwe bakkiriza, ne basaba, era ne bafuna eby'okuddamu eri okusaba kwabwe, abantu bano basobola okuddiza Katonda ekitiibwa. Ka tweggyeko okubuusabuusa kwonna wabula tukkirize, tusabe, era tufune okuva eri Katonda tusobole okumuddiza ekitiibwa olw'emitima gyaffe okufuna bye gyetaaga.

6. Katumenyeemenye Ekisenge Ky'ebibi Eky'obutasiga mu maaso ga Katonda

Nga omufuzi wa buli kintu mu nsi yonna, Katonda ataddewo amateeka ag'ensi ey'omwoyo era ng'omulamuzi omwenkanya buli kimu akitambuza mu ngeri ennungi.

Kabaka Darius yalemwa okununula omuddu we gwe yayagala ennyo okuva mu mpuku ey'emplogoma kubanga, wadde yali kabaka, yali tasobola kujeemera kiragiro ye yennyini kye yali yeetereddewo mu buwandiike. Mu ngeri y'emu, Katonda tasobola kuwakanya mateeka ag'ensi ey'omwoyo *Ye Yennyini ge yateekawo*, buli kimu mu nsi kitambuzibwa bulungi wansi w'okulung'amizibwa Kwe. N'olwekyo, "Katonda tasekererwa" era aganya omuntu okusiga ekyo kyakungula (Abagalatiya 6:7). Omuntu bwasiga okusaba, afuna emikisa egy'omwoyo; bwasiga obudde bwe, afuna emikisa gy'okubeera omulamu n'atalwala; era bwasiga ensimbi, Katonda amukuuma n'atagwa mu mitawaana mu bizinensi ye, ku mulimu, n'awaka, era n'amwongerako n'emikisa egikwatikako.

Bwe tusiga mu maaso ga Katonda mu ngeri ez'enjwulo, Addamu okusaba kwaffe era n'atuwa buli kye tusaba. Fuba era nnyiikira okusiga mu maaso ga Katonda, n'atuganya si kubala bibala bingi byokka, wabula n'okufuna buli kye tusaba.

Okwogereza ku bisenge by'ekibi eby'ogeddwako waggulu, "ekibi" kizingiramu n'okuyaayaana kw'omubiri n'emirimu gy'omubiri nga obutali butuukirivu, ensaalwa, obusungu, okusunguwala, n'amalala, obutalwanyisa kibi okutuuka ku ssa ery'okuyiwa omusaayi n'obutalwanirira bwakabaka bwa Katonda. Olw'okuba tuyize era ne tutegeera ensonga ez'enjawulo ezireeta ekisenge eky'ebibi wakati waffe ne Katonda, katumenyeemenye ekisenge era bulijjo tufunenga okuddibwamu kwa Katonda, bwe tutyo tumuddize ekitiibwa. Ffena tulina okufuuka abakkiriza abeeyagalira mu bulamu obutalwala era nga buli kimu kitutambulira bulungi nga n'omwoyo gwaffe bwe gukulaakulana.

Nga twesigama ku kigambo kya Katonda ekisangibwa mu Isaaya 59:1-2, twekenneenyezza ensonga eziwera ezikola ekisenge eky'ebibi ekiyimirirawo wakati waffe ne Katonda. Ka buli omu ku mmwe afuuke omwana wa Katonda aweereddwa omukisa ategedde ekikula ky'ekisenge kino, eyeeyagalira mu bulamu obulungi, era nga buli nsonga yonna mu bulamu bwe etambula bulungi nga n'omwoyo gwe bwe gukulaakulana, era addize Kitaawe ow'omu ggulu ekitiibwa olw'okufuna kyonna kyasabira, mu linnya erya Yesu Kristo mukama waffe nsabye!

Essuula 5

Okungula Ekyo kye Wasiga

Naye kye njogedde kye kino nti, asiga entono, alikungula ntono, era asiga ennyingi alikungula nnyingi. Buli muntu akolenga nga bw'amaliridde mu mutima gwe, si lwa nnaku, newakubadde olw'okuwalirizibwa, Kubanga Katonda ayagala oyo agaba n'essanyu

(2 Abakkolinso 9:6-7).

Mu kiseera nga obunnyogovu bunaatera okutandika, tusobola okulaba ng'ebikoola bigenda bifuuka mu langi eyazaabu mu nnimiro z'omucceere. Omucceere guno okukungulwa, tumanyi nti wabaddewo okutuyana n'okwewaayo mu kusiga saako okugimusa enimiro n'okufukirira mu mwezi ogw'omusana.

Omulimi alina enimiro ennene era n'asiga n'ensigo nnyingi alina okutuuyana ennyo okusinga omulimi asiga ensigo entono. Kyokka olw'okwagala okusiga ebingi annyikira okukola ennyo. Nga etteeka ery'obutonde bwe liri "Nti "omuntu ky'asiga kyakungula" tulina okumanya nti etteeka lino era likola ne mu nsi ey'omwoyo nga efugibwa Katonda.

Mu Bakristaayo be nnaku zino, mulimu abo nga bo bakola kimu kya kusaba Katonda atuukiriza okuyaayaana kwabwe kyokka nga tebalina kye basize so nga abalala bakaaba nti tebalaba kuddibwamu kwa Katonda wadde nga basabye ekimala. Wadde Katonda ayagala okuwa abaana Be emikisa egy'omuyiika n'okuddamu buli kizibu kyabwe, omuntu bulijjo alemererwa okutegeera etteeka lya 'ky'osiga ky'okungula' bwatyo n'atafuna ky'ayaayaanira okuva eri Katonda.

Nga twesigama ku tteeka ery'obutonde eritugamba nti, "Ky'osiga ky'okungula," Katuzuule kye tulina okusiga n'engeri gye tulna okukisiga ffe okusobola bulijjo okufuna okuddibwamu kwa Katonda era tumuddize ekitiibwa awatali kitulemesa kyonna.

1. Ennimiro Erina Okusooka Okutereezebwa

Nga ensigo tezinnasigibwa, omulimi alina okuteekateeka ennimiro mwagenda okukola omulimu. N'agyamu amayinja, n'atereeza, n'ateekawo embeera ensigo mw'eziyinza okukulira obulungi. Omulimi gy'akoma okwewaayo n'okutuyaana, ne ttaka ekkalu lisobola okugimuka ne lifuuka ettaka eddungi.

Bayibuli efaananya omutima gwa buli muntu ku nnimiro era n'ezaawulamu emitendera gya mirundi ena (Matayo 13:3-9).

Enimiro esooka "enimiro eri ku mabbali g'ekkubo."

Ettaka ery'omu nimiro eri ku mabbali g'ekkubo libeera ggumu. Omuntu alina omutima ogw'ekika ekyo ajja ku kanisa naye ne bw'amala okuwuliriza ekigambo, tagulawo luggi lwa mutima gwe. N'olwekyo, abeera tasobola kumanya Katonda, era olw'okubulwa okukkiriza, alemererwa okutegeera.

Ekika eky'okubiri "y'ennimiro eri awali enjazi."

Mu nnimiro omuli enjazi, olw'enjazi ezo, emirandira tegikka kimala. Omuntu ow'omutima ogw'ekika ekyo abeera amanyi ekigambo ng'ekintu ekimanye era okukkiriza kwe kubeera tekugobererwa bikolwa. Era olw'okuba abeera abulwamu mu kukkiriza, agwa mangu mu biseera by'okusoomoozebwa n'okubonaabona.

Ennimiro ey'okusatu "ye nnimiro omuli amaggwa."

Mu nnimiro eyo ey'amaggwa, olw'okuba amaggwa gakula ne gazisa ebyasimbibwa, ebibala ebirungi tebisobola kukungulwa. Omuntu alina omutima ogwo akkiririza mu kigambo era n'agezaako okukitambuliramu. Naye takola nga okwagala kwa Katonda bwe kuli wabula akola ng'okuyaayaana kw'omubiri bwe kuli. Kubanga okukula kw'ekigambo mu mutima gwe kulemesebwa olw'ebintu n'amagoba oba okwerariikirira kw'ensi, tasobola kubala bibala. Ne bw'asaba, tasobola kw'esigama ku Katonda 'atalabika" na bwe kityo amangu ago ateekamu engeri ze n'ebirowoozo bye. Yensonga lwaki alemwa okwerabira ku maanyi ga Katonda Kubanga ne Katonda omuntu ow'ekika ekyo abeera amulengera bulengezi ng'ali wala.

Ennimiro ey'okuna y'eyo "erina ettaka eddungi."

Omukkiriza alina ennimiro eno ennungi agamba kimu kyokka nti "Amiina" eri buli kintu kyonna nga kigambo kya Katonda era n'akigondera mu kukkiriza awatali kuyingizaawo birowoozo bye oba okutandika okubalabalamu. Ensigo bwe zisigibwa mu ttaka lino eddungi, zikula bulungi n'ezibala ebibala endala kikumi, endala nkaaga, n'endala asatu okusinziira ku kisigiddwa.

Yesu yagamba kimu "Amiina" era n'aba mwesigwa eri buli kigambo kya Katonda (Abafiripi 2:5-8). Mu ngeri Y'emu, omuntu alina "ettaka eddungi" omutima ggwe gubeera mwesigwa eri ekigambo kya Katonda bulijjo era n'akitambuliramu. Ekigambo bwe kimugamba okusanyukanga bulijjo, abeera mu sanyufu mu mbeera zonna. Ekigambo Kye bwe kimugamba okusaba obutalekaayo, asaba obutalekaayo. Omuntu alina "ettaka eddungi" omutima gwe gubeera gusobola okuwuliziganya ne Katonda, era n'afuna buli ky'asabira, era n'atambula mu kwagala Kwe.

Si nsonga tulina nnimiro ya kika ki kati, bulijjo tusobola okugikolako n'efuna ettaka eddungi. Tusobola okukabala ne tugyamu amayinja, ne tugyamu amaggwa, n'etugimusa ettaka erya buli kika.

Olwo tuyinza tutya okuteekateeka omutima gwaffe, ne gufuna "ettaka eddungi"?

Okusooka, tulina okusinza Katonda mu mwoyo ne mu mazima.

Tulina okuwa Katonda omwoyo gwaffe gwonna, okwagala kwaffe kwonna, okweweerayo ddala, n'amaanyi gaffe gonna okugamukwasa, n'okwagala okumuwa omutima gwaffe gwonna. Olwo lwokka lwe tujja okwewala ebirowoozo ebibi, obukoowu, okunafuwa era tusobole okufuula emitima gyaffe egy'ettaka ddungi n'amaanyi agava waggulu.

Eky'okubiri, tulina okusuula eri ebibi byaffe okutuuka ku ssa ery'okuyiwa omusaayi.

Nga tugondera mu bujjuvu ekigambo kya Katonda kyonna, omuli ne "Okolanga kino" ne "Tokolanga kino" ebiragiro byonna, era ne tubitambuliramu, emitima gyaffe gijja kugenda gikyuka mpola mpola ettaka eddungi. Eky'okulabirako, singa obuggya oba ensaalwa, obukyayi n'ebiringa ebyo bitegerebwa nti obirina, okujjako ng'omuntu asabye nnyo lw'asobola okukyusa omutima gwe okufuuka ettaka eddungi.

Gye tukoma okwekenneenya ettaka ly'emitima gyaffe era ne tufuba okuliteekateeka, okukkiriza kwaffe kugenda kukula ne tweyongera okwagala Katonda olwo buli kimu kinaatutambulira bulungi. Tulina okufuba okuteekateeka ettaka lyaffe kubanga gye tukoma okutambulira mu kigambo kya Katonda, n'okukkiriza kwaffe okw'omwoyo gye kukoma okukula. Okukkiriza okw'omwoyo gye kukoma okukula, gye tukoma n'okufuna "ettaka eddungi". Kye tuva tulina okunyiikira okuteekateeka omutima gwaffe n'obwegendereza.

2. Ensigo Ez'enjawulo Zirina Okusigibwa

Ennimiro kasita eggwa okuteekebwateekebwa, omulimi atandika okusiga ensigo. Nga bwe tulya emmere ey'enjawulo okusobola okufuna ebirungo byonna tusobole okukula obulungi, n'omulimi alina okusiga ensigo ez'enjawulo gamba nga omucceere, eng'ano, Enva endiirwa, ebijanjaalo, n'ebiringa ebyo.

Mu kusiga mu maaso ga Katonda, tulina okusiga ebintu bingi eby'enjawulo. "Okusiga" mu mwoyo kitegeeza okugondera ebiragiro bya Katonda, Kyatugamba okukola "Kolanga." Eky'okurabirako, Katonda bwatugamba nti ssanyukanga bulijjo, tusobola okusiga n'okusanyuka kwaffe nga kusinziira ku ssuubi lyaffe ery'Omu ggulu, era ne ssanyu lino Katonda naye asanyuka n'akuwa ebyo omutima gwo gwe biyaayaanira (Zabuli 37:4). Bwatugaba nti "Mubuulire enjiri," tulina okunnyiikira okubunyisa ekigambo kya Katonda. Bwatugamba

"Twagalanenga," "Okubeera abeesigwa," "Okwebazanga," ne "Okusabanga," tulina okubikolanga nga bwe tulagiddwa.

Okwongereza kw'ekyo, Olw'okutambulira mu kigambo kya Katonda gamba nga, okuwaayo ekimu eky'ekkumi, okukuuma olunaku olwa ssabbiiti nga lutukuvu nabyo bikolwa bya kusiga mu maaso Ge, bye tusiga bisobola okumera, era n'ebikula bulungi, ne bimulisa, n'ebiteekako ebibala.

Bwe tusiga nga twelekeramu, nga bwe tunafuwa, oba nga tulinga abakakiddwa, Katonda tasiima kufuba kwaffe. Ng'era omulimi bw'asiga ensigo n'essuubi ly'okukungula mu biseera eby'okukunguliramu, n'okukkiriza tulina okukkiriza era amaaso gaffe tugateeka ku Katonda oyo akubisaamu emirundi kikumi,, nkaaga, n'endala asatu okuva mw'ekyo kye twasiga.

Abaebbulaniya 11:6 watugamba, *"Awatali kukkiriza, tekiyinzika kusiimibwa, kubanga ajja eri Katonda kimugwanira okukkiriza nga Katonda waali, era nga ye mugabi w'empeera eri abo abamunoonya."* okuteeka obwesige bwaffe mu kigambo Kye, bwe tutunuulira Katonda oyo omugabi w'empeera ne tusiga mu maaso Ge, tusobola okukungula mu bungi ku nsi kuno era ne tuweza n'empeera zaffe mu bwakabaka obw'omu ggulu.

3. Ennimiro erina okufiibwako mu bugumiikiriza n'okwewaayo

Oluvannyuma lw'okusiga ensigo, omulimi ayongera okulabirira ennimiro eno n'obwegendereza. N'afukirira ebimera, n'akoola, saako okufuuyira. Awatali kufuba kwa kika ekyo, ebimera biyinza okuvaayo naye n'ebifa nga tebinnamera bibala. Mu mwoyo, "amazzi" gategeeza ekigambo kya Katonda. Nga Yesu bw'atugamba mu Yokaana 4:14, *"Naye anywa amazzi ago nze ge ndimuwa ennyonta terimulumira ddala emirembe gyonna, naye amazzi ge ndimuwa ganaafuukanga munda mu ye ensulo y'amazzi nga gakulukuta okutuuka ku bulamu obutaggwaawo,"* amazzi kabonero akayimirirawo ku lw'obulamu obutaggwaawo n'amazima. "Okufuuyira" kiyimirirawo ku lw'okukuuma ekigambo kya Katonda ekisimbiddwa mu mutima gwaffe, omulabe aleme okukitukwakkulako. Okuyita mu kusinza, n'okutendereza, n'okusabanga mu mutima gwaffe kusobola okukuumibwa omulabe setaani ne bwajja okuccankalanya omulimu gwaffe gwe tukoze ku nnimiro.

"Okukoola" yengeri gye tubeera nga tweggyako ebintu nga agatali mazima, omuli obukyayi, n'ebiringa ebyo. Nga tunyiikira okusaba era ne tufuba okusuula eri obusungu n'obukyayi, obusungu bwe bukulibwayo obwetowaaze butandika okumulisa so nga obukyayi bwe bukuulibwayo nga okwagala kutandika okumulisa. Agatali mazima bwe gakoolebwamu omulabe setaani n'aba nga akwatiddwa, tusobola okukula ng'abaana Be abatuufu.

Ensonga enkulu mu kukoola mu nnimiro emaze okusigibwamu ensigo kwe kulinda obudde obutuufu mu kugumiikiriza. Omulimi bw'akabala mu nnimiro ate nga yakasiga mbu alabe oba nga bye yasize bimeze, ensigo zisobola okuvunda amangu ddala. Okutuuka nga ekiseera ky'amakungula kituuse, nga tekinnaba, obugumiikiriza n'okuguma bibeera byetaagibwa nnyo.

Ekiseera ekyetaagibwa ensigo eyasigibwa okubala ebibala kyawukana okusinziira ku kika ky'ensigo. Woota meloni bw'eba nga mu mwaka ebeera etaddeko ebibala, eya appo n'omupeera gimala emyaka egiwera. Essanyu ly'omulimi owe kitafeeri lisingako omulimi wa woota meloni, kubanga ekitafeeri kya mugaso nnyo era nga n'omutafeeri gutwala ebbanga okussaako bw'ogugeraageranye ne wota meroni eyanguwa okubala ebibala.

Mu ngeri y'emu, bwe tusiga ensigo mu maaso ga Katonda okusinziira ku kigambo Kye, olumu tusobola okufuna okuddibwamu Kwe amangu ddala era ne tukungula ekibala naye ku mulundi omulala, obudde obusingako buyinza okwetaagibwa. Nga mu Baggalatiya 6:9 bwe watujjukiza, *"Tuleme okuddiriranga mu kukola obulungi, kubanga ebiro bwe birituuka, tulikungula, nga tetuzirise,"* okutuuka ku kiseera eky'amakungula tulina okulabirira ennimiro zaffe mubugumiikiriza n'okwewaayo.

4. Okungula Ekyo kye Wasiga

Mu Yokaana 12:24, Yesu atugamba nti, *"Ddala, ddala, mbagamba nti, Empeke y'eng'ano bw'etagwa mu ttaka n'efa ebeerera awo yokka, naye bw'efa ebala ebibala bingi."* Okusinziira ku Mateeka Ge, Katonda omwenkanya yasiga Yesu Kristo omwana We omu yekka nga ekiweebwayo ekitangirira omuntu eri ebibi bye n'amuganya okufuuka empeke y'eng'ano, okugwa mu ttaka, n'okufa. Era okuyita mu kufa Kwe, Yesu yazaala ebibala bingi.

Amateeka ag'ensi ey'omwoyo, amateeka ga Katonda agatasobola kujungululwa g'afaanana n'amateeka g'obutonde agalagira nti "ky'osiga ekyo ky'okungula,". Abaggalatiya 6:7-8 watugamba bulungi nnyo nti, *"Temulimbibwa, Katonda tasekererwa, kubanga omuntu kyonna ky'asiga era ky'alikungula. Kubanga asigira omubiri gwe ye, alikungula mu mubiri okuvunda, naye asigira Omwoyo. alikungula mu Mwoyo obulamu obutaggwaawo."*

Omulimi bw'asiga ensigo mu nnimiro ye, okusinziira ku bika by'ensigo z'asize, waliwo byasobola okukungula amangu okusinga ku birala era n'agenda mu maaso n'okusiga nga bwakungula. Omulimi gy'akoma okunyiikira okusiga n'akoola n'obwegendereza, n'ebimera by'anaakungula gye bikoma obungi. Mu ngeri y'emu, ne mu nkolagana yaffe ne Katonda kye tusiga kye tukungula.

Bwe tusiga okusaba n'okutendereza, ku lw'amaanyi okuva waggulu osobola okutambulira mu kigambo kya Katonda nga n'emeeme yo bwekulaakulana. Bw'okolera obwakabaka bwa Katonda n'obwesigwa, endwadde yonna ejja kukuvaako nga ofuna emikisa mu mwoyo ne mu mubiri. Bw'ofuba okusiga n'ebyo by'olina, ekimu eky'ekkumi, okuwaayo okw'okwebaza, ajja ku kwongera ebikwatikako ebisingawo era akusobozesa okubikozesa ku lw'obwakaba Bwe n'obutuukirivu.

Mukama waffe, oyo agabira buli muntu empeera okusinziira ku kyakoze, atugamba mu Yokaana 5:29, *"Abo abaakola ebirungi balizuukirira obulamu, n'abo abaakola ebitasaana balizuukirira omusango."* N'olwekyo, tulina okutambulira mu Mwoyo Omutukuvu era tukole ebirungi mu bulamu bwaffe.

Omuntu bwasiga ekitali kya Mwoyo Mutukuvu wabula n'asiga olw'okuyaayaana kwe, asobola kukungula bintu bya nsi eno ebiggwaawo. Bw'okolokota n'okusalira abalala omusango, naawe ojja kusalirwa omusango okusinziira ku kigambo kya Katonda ekigamba nti *"Temusalanga musango, muleme okusalirwa. Kubanga omusango gwe musala gulibasalirwa nammwe, era ekigera kye mugereramu, ekyo kye muligererwa nammwe"* (Matayo 7:1-2).

Katonda yasonyiwa ebibi byaffe byonna bye twakola nga tetunnakkiriza Yesu Kristo. Naye bwe twonoona nga tumaze okutegeera amazima, ne bwe tusonyiyibwa oluvannyuma lw'okwenenya, tuteekwa okubonerezebwa olwa kyo.

Bw'oba nga osize kibi, okusinziira ku mateeka ag'ensi ey'omwoyo, ojja kukungula ekibala ky'ekibi kyo era osisinkane okugezesebwa n'okubonaabona.

Dawudi Katonda gwe yayagala ennyo bwe yayonoona, Katonda yamugamba, *"Kiki ekikunyoomesezza ekigambo kya MUKAMA okukola ebiri mu maaso Ge ebibi?"* ne *"Laba, ndikuyimusizaako obubi obuliva mu nnyumba yo ggwe,"* (2 Samwiiri 12:9; 11). Wadde Dawudi yasonyiyibwa ebibi bye kubanga yeenenye nti, "Nnyonoonye MUKAMA," tukimanyi bulungi nti Katonda yatta omwana mukyala wa Uliya gwe yali azaalidde Dawudi (2 Samwiri 12:13-15).

Tulina okutambulira mu mazima era tukole obulungi, jjukira

nti tusiga bye tukungula mu buli kimu, sigira ku lw'Omwoyo Omutukuvu, ofune obulamu obutaggwaawo okuva eri Omwoyo Omutukuvu, era bw'otyo bulijjo ofune emikisa gya Katonda egikulukuta obukulukusi.

Mu Bayibuli mulimu abantu bangi abaasanyusa Katonda era bwe batyo ne bafuna emikisa egitayogerekeka. Omukazi we Sunemu yalinga ayisa Elisa bulungi nnyo. Buli Elisa lwe yagenda mu kitundu ekyo ng'asula wa mukyala oyo era n'amulabirira bulungi. Era oluvannyuma lw'okukiteesaako ne bba, omukazi ono yakookera ku nnyumba yaabwe ekisenge nga kya nnabbi ono n'amuteramu emmeeza, entebe n'ettabaaza era neyeegayirira Elisa okusuulanga ng'omwo (2 Bassekabaka 4:8-10).

Elisa n'akwatibwako nnyo olw'ebikolwa by'omukazi ono eby'ekisa. Era bwe yakitegeera nti bba yali mukadde kyokka nga tebalina mwana, nti era omukyala ono yayagala nnyo okufunayo omwana owuwe, Elisa yasaba Katonda omukazi ono afune omukisa gw'omwana owuwe, era Katonda n'amuwa omwana ow'obulenzi nga wayiseewo omwaka (2 Bassekabaka 4:11-17).

Nga Katonda bw'atusuubiza mu Zabuli 37:4, *"Ssanyukiranga mu MUKAMA; Naye anaakuwanga omutima gwo bye gusaba,"* omukazi we Sunemu ono yaweebwa okuyaayaana kw'omutima gwe bwe yalabirira omuddu wa Katonda obulungi n'okwewaayo (2 Bassekabaka 4:8-17).

Mu bikolwa by'abatume 9:36-40 woogera ku mukyala ow'e Yopa gwe baayitanga Tabbiisa, eyayitirira mu bikolwa bye ebirungi era eby'ekisa. Bwe yalwala n'afa, abayigirizwa kino ne bakigamba Peetero. Bwe yatuukawo, bannamwandu ne batandika okulaga Peetero ebyambalo n'ebizibaawo Tabbisa bye yali abatungidde, era ne bamwegayirira okuzuukiza omukazi ono. Peetero n'akwatibwako nnyo kw'ekyo abakazi kye baali bamugambye era n'asaba n'okwegayirira Katonda. Bwe yagamba nti, "Tabbiisa, yimirira," n'azibula amaaso ge era n'atuula. Kubanga Tabbiisa yali asize mu maaso ga Katonda nga akola ebirungi ng'ayamba abeetaaga, yafuna omukisa ogw'okwongezebwayo obulamu.

Mu Makko 12:44 woogera ku mukazi namwandu eyawaayo byonna eri Katonda. Yesu, yali alaba abantu nga bawaayo mu yeekaalu, n'agamba abayigirizwa Be nti, *"Kubanga bonna basuddemu ku bibafikkiridde, naye oyo mu kwetaaga kwe asuddemu byonna by'ali n'abyo, bwe bulamu bwe bwonna "* era n'amusiima. Si kizibu ggwe okumanya nti omukyala oyo yafuna emikisa egisingako mu dda mu bulamu bwe.

Okusinziira ku mateeka ag'ensi ey'omwoyo, Katonda omwenkanya atuganya okukungula ebyo bye tusiga era n'atuwa buli omu ku ffe empeera nga bwe tukoze. Kubanga Katonda akola okusinziira ku kukkiriza kwa buli muntu ssekinoomu okusinziira ku bwakkiririza mu kigambo Kye n'okukigondera, tulina okutegeera nti tusobola okufuna buli kye tusabira. Nga kino tukijjukira, ka buli omu yeekenneenye ng'omutima gwe bwe guli, ofube okuguteekateeka gufuuke ogulimu ettaka eddungi, osige ensigo nnyingi, ozikoole bulungi mu kugumiikiriza n'okwewaayo, bwotyo obale ebibala ebingi, mu linnye erya Mukama waffe Yesu Kristo Nsabye!

Essuula 6

Eliya Afuna Okuddibwamu Kwa Katonda N'omuliro

Awo Eriya n'agamba Akabu nti, "Golokoka olye, onywe; kubanga waliwo okuwuuma kw'enkuba nnyingi". Awo Akabu n'agolokoka okulya n'okunywa. Eliya n'alinnya ku ntikko y'e Karumeeri, n'avuunama ku ttaka, n'ateeka amaaso ge wakati w'amaviivi ge. N'agamba omuddu we nti, "Yambuka nno olengere awali ennyanja. N'alinnya n'alengera n'ayogera nti,"Tewali kintu." N'ayogera nti, "Genda nate" emirundi musanvu. Awo olwatuuka omulundi ogw'omusanvu n'ayogera nti, "Laba, ekire kirnnya nga kiva mu nnyanja ekiri ng'omukono gw'omuntu obutono." N'ayogera nti, "Yambuka ogambe Akabu nti, 'Teekateeka eggaali lyo, oserengete, enkuba ereme okukuziyiza.'" Awo olwatuuka ekiseera kitono bwe kyayitawo, eggulu ne libindabinda ebire ne mbuyaga ne w'aba enkuba nnyingi.

Akabu n'alinnya mu ggaali n'agenda e Yezuleeri

(1 Bassekabaka 18:41-45).

Omuddu wa Katonda ow'amaanyi Eriya yasobola okuweera Katonda omulamu obujjulizi n'ekisoboka eky'aba Isiraeri abaali basinza bakatonda abalala okwenenya ebibi byabwe bwe baalaba okuddamu kwa Katonda okw'omuliro Eliya bwe yasaba n'addibwamu. Era, ne bwe waali nga tewali nkuba okumala emyaka esatu n'ekitundu olw'obusungu bwa Mukama ku Isiraeri, Yali Eliya eyakola eky'amagero, ekyeeya ne kiggwa enkuba ey'amaanyi n'ettonya.

Bwe tukkiririza mu Katonda omulamu, mu bulamu bwaffe naffe tulina okufuna okuddibwamu kwa Katonda n'omuliro nga bwe kyali ku Eriya, ne tumuweera obujjulizi, era ne tumuddiza ekitiibwa.

Nga tutunuulira okukkiriza kwa Eriya, okwamutuusa okufuna okuddibwamu kwa Katonda *okw'omuliro* neeyeerabira ku kuddibwamu kw'okuyaayaana kw'omutima gwe n'amaaso ge, naffe ka tufuuke abaana ba Katonda abaweebwa omukisa abafuna okuddibwamu kwa kitaffe okw'omuliro.

1. Okukkiriza kwe Eriya, Omuddu wa Katonda

Ng'abantu ba Katonda abalonde, Abaisiraeri baalina kusinza Katonda omu, naye bakabaka baabwe ne batandika okukola obubi mu maaso ga Katonda n'okusinza ebifaananyi. Era mu kiseera Akabu we yatuulira ku namulondo, obubi bw'abaana ba Isiraeri ne bweyongera n'okusinza ebifaananyi ne kutuuka ku ntikko. Mu kiseera kino, Obusungu bwa Mukama ne bubuubuukira ku Isiraeri era ne wagwa ekyeeya kya myaka esatu n'ekitundu. Katonda n'aleeta Eriya ng'omuddu we era okuyita mu ye Katonda n'alaga amaanyi Ge.

Katonda n'agamba Eriya nti, *"Genda weerage eri Akabu, nange nditonnyesa enkuba ku nsi"* (1 Bassekabaka 18:1).

Musa eyaggya abaana ba Isiraeri mu Misiri, Katonda bwe yamugamba okugenda mu maaso ga Falaawo yasooka kugaana n'ajeemeera Katonda. Samwiiri yagambibwa agende asiige Dawudi amafuta nga kabaka addako, wabula nnabbi naye yasooka kujeemera Katonda. Wabula, Katonda bwe yasindika Eriya okugenda yeerage Akabu, kabaka yennyini eyali agezezaako okumutta okumala emyaka esatu, nnabbi ono awatali kuwalira kwonna yagondera Katonda n'alaga okukkiriza okwasanyusa Katonda.

Olw'okuba Eriya yagonda n'okukkiririza mu kigambo kya Katonda kyonna, okuyita mu nnabbi ono Katonda yalaga emirimu gye omulundi ogutali gumu oba ebiri. Katonda yasanyukira nnyo obugonvu n'okukkiriza kwa Eriya era n'amwagala nnyo, n'amusiima okubeera omuddu We, era n'agendanga naye yonna Eriya gye yalaganga, nga buli kyakola kibeeramu omukono gwa Katonda. Olw'okuba Katonda yakkiriza okukkiriza kwa Eriya, yasobola okuzuukiza abafu, n'afuna okuddamu kwa Katonda okw'omuliro, era n'atwalibwa mu ggulu nga mulamu n'embuyaga ey'amaanyi. Wadde eriyo Katonda omu yekka ng'atudde ku ntebe Ye ey'omu ggulu, Katonda Ayinza byonna asobola okulaba buli ekigenda mu maaso mu nsi yonna era n'aganya omulimu Gwe okutuukirizibwa wabeera. Nga bwe tukiraba mu Makko 16:20, *"Ne bafuluma ne babuulira wonna wonna, Mukama waffe ng'akoleranga wamu nabo era ng'anyweza ekigambo mu bubonero obwakiddiriranga,"* Omuntu n'okukkiriza kwe bwe bisiimibwa Katonda, eby'amagero n'okuddamu Kwe eri okusaba kw'omuntu ono bigirako ng'emiganyulo ng'alaga emirimu Gye.

2. Eriya Afuna Okuddamu kwa Katonda N'omuliro

Olw'okuba okukkiriza kwa Eriya kwali kw'amaanyi era yali mugonvu ekimala okuba ng'asiimibwa Katonda, nnabbi ono yasobola okuwa obunnabbi nga tatidde ku kyeeya ekyali kyolekedde Isiraeri.

Yasobola okugamba kabaka Akabu nti, *"MUKAMA Katonda wa Isiraeri nga bwali omulamu, gwe nnyimirira mu maaso Ge, tewabenga musulo newakubadde enkuba mu myaka gino, wabula ng'ekigambo kyange bwe kiri"* (1 Bassekabaka 17:1). Olw'okuba Katonda yakimanya nti Akabu yali ajja kutuusa ku Eriya obulabe olw'obunnabbi buno obw'ekyeeya, Katonda n'alung'amya nnabbi okugenda ku kagga Kerisi, n'amugamba agire ng'abeera eyo, era n'alagira zi namung'oona okumuleeteranga emmere ne nnyama ku makya n'olweggulo. Akagga Kerisi bwe kaakala olw'okuba teyali nkuba, Katonda n'alung'amya Eriya okugenda e Zalefaasi nga waliyo namwandu eyali ajja okumuwa emmere.

Omwana wa namwandu bwe yalwala, n'aba bubi era n'afa, Eriya n'akowoola Katonda n'asaba nti: *"Ai MUKAMA Katonda wange, Nkwegayiridde, obulamu bw'omwana ono bumuddemu nate"* (1 Bassekabaka 17:21)! Katonda yawulira okusaba kwa Eriya, era n'azuukiza omulenzi. Okuyita mu kino ekyabaawo, Katonda yakakasa nti Eriya yali musajja wa Katonda nti era ekigambo kya Katonda ekyavanga mu kamwa ke gaalinga mazima (1 Bassekabaka 17:24). Abantu b'omulembe gwaffe bali mu biro nga bwe batamala kulabako kizibu okukkiririza mu Katonda okujjako nga balabye eby'amagero n'obubonero (Yokaana 4:48). Okusobola okuweera Katonda Omulamu obujjulizi olwaleero, buli omu ku ffe alina okubeera n'eby'okulwanyisa nga Eriya bye yalina omuli okukkiriza n'okukulemberamu mu kusaasaanya enjiri n'obuvumu.

Mu mwaka ogw'okusatu okuva Eriya we yagambira Akabu nti, *"tewabenga musulo newakubadde enkuba mu myaka gino, wabula ng'ekigambo kyange bwe kiri,"* Katonda n'agamba nnabbi We nti, *"Genda, weerage eri Akabu, nange nditonnyesa enkuba ku nsi"* (1 Bassekabaka 18:1). Tusanga mu Lukka 4:25 nti *"Waaliwo bannamwandu bangi mu biseera bya Eriya, eggulu lwe lyaggalirwa emyaka esatu n'emyezi mukaaga, enjala nnyingi bwe yagwa ku nsi yonna."* Kwe kugamba nti mu Isiraeri temwali nkuba okumala emyaka esatu n'ekitundu. Nga Eriya tannadayo wa Akabu mulundi gwa kubiri, kabaka yali yamunoonya wonna ne mu nsi ezirinaanyeewo, ng'akkiriza nti Eriya ye yali ow'okunenyezebwa ku ky'obutafuna nkuba mu myaka esatu n'ekitundu.

Wadde Eriya yali ayinza okuttibwa singa agenda mu maaso ga Akabu yakkiriza okugenda nga talina nkenyera yonna, era kabaka n'amubuuza, "Ggwe wuuno, ggwe ateganya Isiraeri?" (1 Bassekabaka 18:17) Eriya kino yakiddamu nti, " *nze sinnateganya Isiraeri, naye ggwe n'ennyumba ya kitaawo, kubanga mwaleka ebiragiro bya MUKAMA n'ogoberera ba baali*" (1 Bassekabaka 18:18). Yatuusa ku kabaka okwagala kwa Katonda n'atatya. Eriya era yayongera n'agamba Akabu nti, "*Kale nno tuma okung'anyize gye ndi Isiraeri yenna ku lusozi Kalumeeri ne bannabbi ba Baali 450 ne bannabbi ba Baaseri 400 abalya ku mmeeza ya Yezeberi*" (1 Bassekabaka 18:19).

Kubanga Eriya yali akimanyi bulungi nti ekyeeya kyakuba Isiraeri kubanga baali basinza ebifaananyi, n'asaba avuganye ne bannabbi abaakoleranga bakatonda abalala 850 era n'abakakasa nti oyo "Katonda addamu n'omuliro – ye Katonda." Olw'okuba Eriya yakkiririza mu Katonda, nnabbi yalaga Katonda okukkiriza bwe yakkiriza nti Katonda asobola okuddamu n'omuliro.

Awo n'agamba bannabbi ba Baali, "*Mwerobozeemu emu okuba eya mmwe, musooke okugirongoosa, kubange muli bangi, mukaabirire erinnya lya katonda wammwe naye temuteeka muliro wansi*" (1 Bassekabaka 18:25). Bannabbi ba Baali bwe baalemwa okufuna okuddibwamu kwonna okuva ku makya okutuuka olw'eggulo, Eriya n'abadduulira.

Eriya yakkiriza nti Katonda yali agenda kumuddamu n'omuliro, era mu ssanyu n'alagira Isiraeri okuzimba ekyoto era n'akiyiwamu amazzi ne ku nku kwonna ne ku kiweebwayo, n'atandika okusaba Katonda.

Mpulira, ai MUKAMA, mpulira, abantu bano bamanye nga ggwe, MUKAMA, ggwe Katonda, era ng'okyusizza emitima gyabwe okuddayo (1 Bassekabaka 18:37).

Awo omuliro gwa Mukama ne gugwa ne gwokya, ekiweebwayo ekyokebwa n'enku n'amayinja, n'enfuufu, ne gukombera ddala amazzi agaali mu lusalosalo. Awo abantu bonna bwe baakiraba ne bavuunama amaaso gaabwe ne boogera nti, *"MUKAMA ye Katonda, MUKAMA, ye Katonda"* (1 Bassekabaka 18:38-39).

Bino byonna byasoboka kubanga Eriya teyabuusabuusa wadde n'akatono bwe yasaba Katonda (Yakobo 1:6) era n'akkiriza nti yafunye dda kye yali asabidde (Makko 11:24).

Lwaki Eriya yalagira bayiwe amazzi ku kiweebwaayo ekyokebwa ate n'asaba? Kubanga ekyeeya kyali kyakamala emyaka esatu n'ekitundu, era ekintu ekyali kisingayo obuzibu okufuna gaali mazzi. Okujjuza amapipa ana amazzi n'okugayiwa ku kiweebwayo emirundu esatu (1 Kings 18:33-34), Eriya yali alaga Katonda okukkiriza Kwe era n'amuwa ekyo ekyali kisinga omuwendo. Katonda oyo asanyukira omuntu agaba n'essanyu (2 Abakkolinso 9:7) teyaganya Eliya ku kungula ekyo kye yasiga kyokka, wabula, yawa nnabbi eky'okuddamu kwe eky'omuliro era n'akakasa Abaisiraeri bonna nti Katonda waabwe ddala mulamu.

Nga tugoberera eky'okulabirako kya Eriya ne tulaga Katonda

okukkiriza kwaffe, ne tumuwa ekyo ekintu kye tutwala nti kye kisingayo omuwendo kye tulina, era ne twetegeka okufuna eky'okuddamu eri okusaba kwaffe, tusobola okuweera Katonda omulamu obujulizi eri abantu bonna n'okuddamu Kwe okw'omuliro.

3. Eriya Atonnyesa Enkuba ey'amaanyi

Oluvannyuma lw'okulaga abaana ba Isiraeri Katonda Omulamu okuyita mu kuddamu Kwe okw'omuliro era ne beenenya olw'okusinza bakatonda abalala, Eriya n'ajjukira okulayira kwe yakola mu maaso ga Akabu - *"MUKAMA Katonda wa Isiraeri nga bwali omulamu, ggwe nnyimiririra mu maaso Ge, tewaabenga musulo newakubadde enkuba mu myaka gino, wabula ng'ekigambo kyange bwe kiri"* (1 Bassekabaka 17:1). N'agamba kabaka nti, *"Golokoka olye onywe, kubanga waliwo okuwuuma kw'enkuba nnyingi"* (1 Bassekabaka 18:42), era n'ayambuka waggulu wa Kalumeeri. Yakola kino okusobola okutuukiriza ekigambo kya Katonda, "nange nditonnyesa enkuba ku nsi," asobole okufuna okuddibwamu Kwe.

Bwe yali ku Kalumeeri waggulu, Eriya n'avuunama ku ttaka, n'ateeka amaaso ge wakati w'amaviivi. Lwaki Eriya yasaba mu ngeri eno? Eriya yali mu bulumi bungi bwe yali asaba.

Mu kifaananyi kino, tusobola okulaba Eriya bwe yayaayaana ng'akowoola Katonda n'omutima gwe gwonna. Era, okutuuka lwe yalaba okuddamu kwa Katonda n'amaaso ge, Eriya teyalekerawo kusaba. Nnabbi n'alagira omuddu we okutunuulira ennyanja okutuusa omuddu lwe yalaba ekire ekitono ekyenkana engalo, Eriya yasaba mu ngeri eno emirundi musanvu. Kino kyali kimala okusanyusa Katonda okusuukunda Namulondo ya Katonda. Eriya okusaba enkuba n'ettonya oluvannyuma lw'emyaka esatu n'ekitundu, kiraga nti ddala okusaba kwe tekwali kuno okw'okusaagiramu.

Eriya bwe yafuna okuddamu kwa Katonda okw'omuliro, yakyatula n'akamwa ke nti Katonda yali ajja kumuddamu wadde nga Katonda yali takimugambye; kye kimu kye yakola ne bwe yatonnyesa enkuba. Bwe yalaba ekire nga kitono nnyo ng'omukono gw'omuntu, nnabbi n'atumira Akabu nti, *"Teekateeka eggaali lyo, oserengete, enkuba ereme okukuziyiza"* (1 Bassekabaka 18:44). Eriya yalina okukkiriza ng'akyogera n'akamwa ke nga wadde nga yali tannalabako (Abaebbulaniya 11:1), Katonda n'akola okusinziira ku kukkiriza kwa nnabbi, era ddala olw'okukkiriza kwa nnabbi, bwe waayitawo akaseera eggulu n'eribindabinda ebire n'embuyaga, era ne wabaawo ekire eky'amaanyi (1 Bassekabaka 18:45).

Tulina okukkiriza nti Katonda, oyo eyawa Eriya okuddamu okw'omuliro n'okuggwayo kw'ekyeeya ekyali kimaze emyaka esatu n'ekitundu, ye Katonda omu agoba buli kusoomoozebwa kwonna n'okubonaabona, atuwa okuyaayaana kw'emiti gyaffe, era n'atuwa omukisa Gwe ogutasangikasangika.

Kati nsuubira nti okitegedde, nti okusobola okufuna

okuddamu kwa Katonda n'omuliro, n'osobola okumuddiza ekitiibwa, era n'atuukiriza okuyaayaana kw'omutima gwo, olina okusooka okumulaga ekika ky'okukkiriza ekimusanyusa, omenyeemenye buli kisenge kya kibi kyonna ekiyimirira wakati wammwe ne Katonda. Olyoke osaba ekintu kyonna awatali kubuusabuusa.

Eky'okubiri, mu ssanyu olina okuzimba ekyoto mu maaso ga Katonda, omuwe ekiweebwaayo, era osabe n'omutima gwo gwonna. Eky'okusatu, okutuuka ng'ofunye okuddamu Kwe, olina okukyogera n'emimwa gyo bwatyo Katonda anaakukolera. Katonda bwatyo ajja kukusanyukira nnyo era addemu okusaba kwo ggwe osobole okumuddiza ekitiibwa olw'okumatira kw'omutima gwo.

Katonda waffe era atuddamu bwe tumusaba olw'ebizibu ebikwatagana n'omwoyo gwaffe, abaana, okubeera abalamu, emirimu, oba ensonga endala yonna, era n'afuna ekitiibwa okuva gye tuli. Katufuna okukkiriza okujjuvu nga okwa Eriya, tusabe okutuuka nga tufunye okuddibwamu kwa Katonda, tufuuke abaana be abaweereddwa omukisa, tubeera mu kuddiza kitaffe ekitiibwa!

Essuula 7

Okutuukiriza Okuyaayaana Kw'omutima Gwo

Sanyukiranga MUKAMA; Naye anaakuwanga
omutima gwo bye gusaba

(Zabuli 37:4).

Abantu bangi olwaleero banoonya eky'okuddamu eri ebizibu eby'enjawulo mu bulamu bwabwe okuva ewa Katonda ayinza byonna. Ne bannyiikira okusaba, ne basiiba, n'okusaba ekiro kyonna okusobola okufuna okuwonyezebwa, okuzzaawo bizinensi ez'agaana, okufuna abaana, n'okufuna n'okulemererwa okubaako ke bafuna akalabikako. Eky'ennaku, abantu batono ddala abasobola okufuna okuddibwamu okuva eri Katonda ne basobola okumuddiza ekitiibwa, era nga batono nnyo abatuuse kw'ekyo.

Bwe batawulira okuva eri Katonda mu mwezi gumu oba ebiri, abantu bano baggwaamu amaanyi, ng'abagamba, "Katonda taliiyo," ne bava ku Katonda okutwaliza awamu, era ne badda ne mu kusinza ebifaananyi, bwe batyo ne b'onoona erinnya Lye. Ddala omuntu bw'ajjanga mu kanisa wabula n'alemererwa okufuna amaanyi ga Katonda n'okuddiza Katonda ekitiibwa, kuno kuyinza kutya okubeera "okukkiriza okutuufu"?

Omuntu bw'aba ayatula nti akkiriza Katonda, kitegeeza nti ng'omwana We, alina okubeera ng'afuna okuyaayaana kw'omutima gwe era n'atuukiriza buli kimu kyanoonya ku nsi kuno. Naye bangi balemwa okufuna okuyaayaana kw'emitima gyabwe ne bwebaatula nti bakkiriza. Lwakuba tebeemanyi. N'ebyawandiikibwa essuula eno kwe yeesigamye, katwekenneenye engeri gy'oyinza okutuukiriza okufuna okuyaayaana kw'omutima gwo.

1. Okusooka, Omuntu Alina Okwekeneenya Omutima Gwe

Buli muntu ssekinoomu alina okwetunulamu n'alaba oba nga ddala akkiririza mu Katonda Ayinza byonna, oba amukkiririzaamu kitundu nga bwabuusabuusa, oba alina omutima omukalabakalaba ogwo ogunoonya omukisa gwokka. Nga tebannamanya Yesu Kristo, abantu abasinga obulamu bwabwe baabumalanga bekkiririzaamu bokka na bokka oba nga basinza ebifaananyi. Wabula mu bizibu eby'amaanyi n'okusoomoozebwa, bakizuula nti okusoomoozebwa kwabwe tekusobola kugonjoolwa muntu oba bakatonda baabwe, ne batandika okwewuunya nga beebuuza eky'okukola, era eyo gye bawulirira ku Katonda nti asobola okugonjoola ebizibu byabwe, era ne bamaliriza nga bazze mu maaso Ge.

Mu kifo ky'okuteeka amaaso gaabwe ku Katonda ow'amaanyi, ate abantu b'ensi eno badda mu kubuusabuusa, 'Naye kino anaakigonjoola bwe naamusaba?' oba 'Osanga okusaba kwe kunaamalawo ennaku eno gyendimu.' So ng'ate Katonda ayinza byonna yafuga ebyafaayo by'omuntu, era yafuga obulamu bw'omuntu, okufa, ebikolimo, n'emikisa, era yazuukiza abafu, era anoonya omutima gw'omuntu, kale tasobola kuddamu kusaba kwa muntu alina mutima gubuusabuusa (Yakobo 1:6-8).

Omuntu ddala bw'aba anoonya okutuukiriza okuyaayaana kw'omutima gwe, alina okusooka okusuula eri okubuusabuusa kwe wamu n'omutima ogutakkiriza, akkirize nti ddala yafunye dda ekintu ky'asabye Katonda ayinza byonna. Olwo lwokka Katonda lwajja okuzzaawo okwagala Kwe era n'amuganya okutuukiriza okuyaayaana kw'omutima gwe.

2. Eky'okubiri, Obukakafu Bw'omuntu Obw'obulokozi n'embeera y'okukkiriza Birina Okukeberebwa

Ku kanisa olwaleero, abakkiriza bangi basisinkana ebizibu mu kukkiriza kwabwe. Kiruma nnyo okulaba abantu abangi abali mu kutaayaaya mu mwoyo, abo abalemwa okulaba, olw'obutamanya bwabwe obw'omwoyo, nti okukkiriza kwabwe kuli mu kkubo kyamu, era abantu abatalina bukakafu bwa bulokozi ne myaka mingi ne bwe giba giyiseewo nga bali mu Kristo ne mu kumuweereza.

Abaruumi 10:10 watubuulira nti, *"Kubanga omuntu akkiriza na mutima gwe, okuweebwa obutuukirivu, era ayatula na kamwa ke okulokoka."* Bw'ogulawo olugi lw'omutima gwo era n'okkiriza Yesu Kristo ng'omulokozi wo olw'ekisa ky'Omwoyo Omutukuvu okiweebwa ku bwereere okuva waggulu, ofuna obuyinza obw'okubeera omwana wa Katonda. Era, bw'oyatula n'akamwa ko nti Yesu Kristo ye Mulokozi wo era n'okkiriza n'omutima gwo nti Katonda yazuukiza Yesu mu bafu, ojja kuba n'obukakafu bw'obulokozi bwo.

Bw'oba nga tokakasa nti oba wafuna obulokozi, wabeerawo ekizibu ku ssa okukkiriza kwo kwe kuli. Kino kiri bwe kityo lwakuba, bw'oba tokakasa nti Katonda ye kitaawo nti era wafuna dda obutuuze mu ggulu era n'ofuuka omwana We, tosobola kutambulira mu kwagala kwa kitaffe.

Olw'ensonga eno, Yesu atugamba, *"Buli muntu ang'amba nti, 'Mukama wange, Mukama wange,' si ye aliyingira mu bwakabaka obw'omu ggulu, wabula akola Kitange ali mu ggulu by'ayagala"* (Matayo 7:21). Bw'eba ng'enkolagana eya "Katonda taata-n'omwana " tennabeerawo eri omuntu, kijja kyokka nti omuntu oyo tajja kufuna kuddibwamu Kwe. Kyokka wadde enkolagana eyo egenda ekula, bwe wabeerawo ekintu ekikyamu mu mutima gwe mu maaso ga Katonda, naye tasobola kufuna kuddibwamu okuva eri Katonda.

N'olwekyo, bw'ofuuka omwana wa Katonda alina obukakafu bw'obulokozi era ne weenenya olw'obutatambulira mu kwagala kwa Katonda, Agonjoola ebizibu byo byonna omuli endwadde, okugwa kwa bizinensi, n'ebizibu by'ensimbi, era mu bintu byonna Akola ku lw'obulungi bwo.

Bw'onoonya Katonda ku lw'ekizibu ky'olina wakati wo n'omwana wo, n'ekigambo eky'amazima Katonda akuyamba okutegeera ekizibu kyonna kw'ekiva n'ensonga zonna eziriwo wakati wo n'omwana wo. Ebiseera ebimu, abaana be ba balina omusango; wabula ebiseera ebisinga, abazadde beebavaako obuzibu obuliwo wakati waabwe n'abaana baabwe. Nga tonnatandika kusonga nnwe, singa abazadde bava ku ngeri zaabwe embi ne bakyuka era ne beenenya, ne bagezaako okukuza abaana bwabwe obulungi, buli kimu ne bakikwasa Katonda, Abawa amagezi era n'akola ku lw'obulungi bw'abaana ne bazadde baabwe.

N'olwekyo, bw'ojja ku kanisa n'onoonya eby'okuddamu eri emitawaana wakati wo n'abaana bo, endwadde, ensimbi, n'ebiringa ebyo, mu kifo ky'okwanguyiriza okusiiba, okusaba, n'okusula ekiro kyonna mbu ng'oli mu kusaba, olina okusooka okumanya ng'okozesa amazima kiki ekizibye omukutu wakati wo ne Katonda, weenenye, era okyuke okubivaamu. Katonda olwo ajja kukukolera ku lw'obulungi nga bw'ofuba okulung'amizibwa kw'Omwoyo Omutukuvu. Bw'otagezaako na kuwulira kigambo kya Katonda, oba okukitambuliramu, okusaba kwo tekujja kukuleetera kuddamu kwa Katonda.

Kubanga waliwo embeera nnyingi abantu mwe balemwa okutegeera amazima mu bujjuvu ne balemwa okufuna okuddibwamu kwa Katonda n'emikisa, ffenna tulina okutuukiriza okuyaayaana kw'emitima gyaffe nga tuba n'obukakafu eri obulokozi bwaffe n'okutambulira mu kwagala kwa Katonda (Eky'amateeka olw'okubiri 28:1-14).

3. Eky'okusatu, Olina Okusanyusa Katonda N'ebikolwa Byo

Omuntu yenna bw'akkiriza Katonda Omutonzi era n'akkiriza Yesu Kristo ng'Omulokozi We, gy'akoma okutegeera amazima n'okutegeera omusana, emmeeme ye ejja kukulaakulana. Era, yeeyongera okutegeera omutima gwa Katonda, asobola okutambulira mu bulamu mu ngeri esanyusa Katonda. Nga abaana ab'emyaka ebiri oba esatu bwe babeera tebamanyi ngeri ya kusanyusaamu bakadde baabwe. Kyokka bwe bavubuka, ne mu bukulu bayiga engeri y'okusanyusaamu bazadde baabwe. Mu ngeri y'emu, abaana ba Katonda gye bakoma okulowooza n'okutambulira mu mazima, gye bakoma okusanyusa kitaabwe.

Bayibuli ebeera edding'ana engeri bajjajja b'okukkiriza bwe baafunangamu okuddamu eri okusaba kwabwe nga basanyusa Katonda. Ibulayimu yasanyusa atya Katonda?

Ibulayimu bulijjo yanoonyanga n'okutambulira mu mirembe n'obulongoofu (Olubereberye 13:9), n'aweereza Katonda n'omubiri gwe, omutima gwe, n'ebirowoozo bye (Okubikkulirwa 18:1-10), era n'agonda mu bujjuvu awatali kuteekamu birowooze bye (Abaebbulaniya 11:19; Olubereberye 22:12), kubanga yakkiriza nti Katonda asobola okuzuukiza abafu. Era ekyavaamu, Ibulayimu yafuna omukisa gwa Yakuwa oba "MUKAMA ajja kugabirira," omukisa ogw'abaana, omukisa gw'ensimbi, omukisa gw'obulamu obutaliimu ndwadde, n'ebiringa ebyo, n'emikisa egya buli ngeri (Olubereberye 22:16-18, 24:1).

Nuwa yakola ki okufuna okuddibwamu kwa Katonda? Yali mulongoofu, teyalina kibi kyonna mu bantu b'omulembe ogwo, era n'atambulanga ne Katonda (Olubereberye 6:9). Omusango ogw'amazzi agajjula ensi yonna, Nuuwa n'abo mu maka ge be bokka abaawona omusango era ne bafuna obulokozi. Olw'okuba Nuwa yatambula ne Katonda, yasobola okuwulira eddoboozi lya Katonda era n'ategeka ekyombo bwatyo abantu b'omu nnyumba ye n'abatwala eri okulokolebwa.

Namwandu we Zalefaasi ayogerwako mu 1 Bassekabaka 17:8-16 yasiga ensigo ey'okukkiririza mu Katonda eri omuddu we Eriya okumala emyaka esatu n'ekitundu egy'ekyeya mu Isiraeri,

Yafuna omukisa ogutalabikalabika. Bwe yagonda mu kukkiriza era n'aweereza Eriya n'omugaati ogwavanga mu butta n'akasumbi k'amafuta, Katonda yamuwa omukisa era n'atuukiriza ekigambo Kye ng'agamba nti *"Eppipa ey'obutta terikendeera so n'akasumbi k'amafuta tekaliggwaawo, okutuusa ku lunaku, MUKAMA lw'alitonnyesa enkuba ku nsi."*

Ye omukazi ow'e Sunemu ayogerwako mu 2 Bassekabaka 4:8-17 yaweereza n'okuyisa muddu wa Katonda Erisa n'ekitiibwa era n'amulabirira n'okumuwa ekitiibwa, yafuna omukisa ogw'okufuna omwana ow'obulenzi. Omukazi yaweereza omuddu wa Katonda si lwa kuba alina kye yali asuubira okufuna, wabula olw'okuba yayagala nnyo Katonda okuva ku ntobo y'omutima gwe. Olowooza omukyala ono yali tasaanira kufuna mukisa gwa Katonda?

Era si kizibu kulaba nti Katonda yasanyukira nnyo okukkiriza kwa Danyeri n'emikwano gye esatu. Wadde Danyeri yasuulibwa mu bunnya bwe mpologoma olw'okusaba eri Katonda, yafuluma mu bunnya nga mulamu kubanga yeesiga Katonda (Danyeri 6:16-23). Wadde Danyeri n'emikwano gye esatu baali basibiddwa era ne basuulibwa mu kikoomi olw'okugaana okusinzi ebifaananyi, baddiza Katonda ekitiibwa bwe batyo ne bafuluma mu kikoomi nga tewali kitundu ku mubiri gwabwe kiyidde wadde oluviiri olw'okumutwe (Danyeri 3:19-26).

Omwami w'ekitongole mu Matayo 8 yasobola okusanyusa

Katonda olw'okukkiriza okw'amaanyi, era okusinziira ku kukkiriza kwe, n'afuna okuddamu kwa Katonda. Bwe yagamba Yesu nti omulenzi we yali agalamidde mu nnyumba nga akoozimbye, Yesu n'amugamba kagende mu nnyumba y'omukulu w'ekitongole awonye omulenzi we. Naye, omukulu w'ekitongole n'agamba Yesu, "Yogera kigambo bugambo, omulenzi wange anaawona," era n'alaga okukkkiriza kwe okungi n'okwagala okungi eri omuddu we, Yesu n'amusiima era n'agamba nti, "Sinnalaba kukkiriza kunene nga kuno, ne wakubadde mu Isiraeri." Omuntu bwatyo afuna okuddibwamu kwa Katonda okusinziira ku kukkiriza kwe, omuddu w'omukulu w'ekitongole yawonyezebwa mu kiseera ekyo kye nnyini. Haleluya!

Wakyaliyo ebirala bingi. Mu Makko 5:25-34 tulaba okukkiriza kw'omukazi eyalina ekikulukuto ky'omusaayi okumala emyaka 12. Wadde y'alaba buli musawo era n'akozesa sente nnyingi ddala, embeera ye yeeyongera kubeera bubi. Bwe yawulira ku Yesu, omukazi ono n'akkiriza nti asobola okuwonyezebwa singa akwata bukwasi ku munagiro gwa Yesu. Bwe yamuvaako emabega n'akwata ku munagiro Gwe, omukazi n'awonerawo amangu ago.

Omukulu w'ekitongole eyayitibwanga Koluneeriyo mu Bikolwa 10:1-8 yalina kukkiriza kwa kika ki? Era ye ow'amawanga yaweereza atya Katonda okutuuka okuba nti ab'omu maka ge baalokolebwa? Tukiraba nti Koluneeriyo n'ab'omu maka ge bonna baali baagala nnyo era nga batya

Katonda; yawangayo eri abeetaaga era ng'asaba Katonda obutalekaayo. N'olwekyo, okusaba kwa Koluneeriyo n'ebirabo bye yawanga abaavu byafuuka ekiweebwayo eky'omugundu mu maaso ga Katonda era Peetero n'akyalira ennyumba ye okusinza Katonda, era buli omu mu nnyumba ya Koluneeriyo yafuna Omwoyo Omutukuvu era n'atandika okwogera mu nnimi.

Mu Bikolwa 9:36-42 tulaba omukazi erinnya lye Tabbiisa (okutegeeza kw'alyo ayitibwa Doluka) eyalinga akola obulungi era ng'ayamba abaavu, naye yalwala era n'afa. Peetero bwe yajja ng'ayitiddwa abayigirizwa, n'afukamira ku maviivi ge, n'asaba era, Tabbiisa n'azuukira.

Abaana Be bwe batuukiriza obuvunaanyizibwa bwabwe era ne basanyusa Kitaabwe, Katonda omulamu atuukiriza okuyaayaana kw'emitima gyabwe era mu byonna n'akola ku lw'obulungi bwabwe. Bwe tubeera tusobola okukkiririza mu mazima gano, mu bulamu bwaffe bwonna tujja kufunanga okuddamu kwa Katonda.

Okuyita mu bantu abantuukirira oba bwe tubeera twogeramu n'abantu emirundi mingi, Mpulira abantu abaalina okukkiriza okungi, era nga baweereza ne mu kanisa, era nga baali beesigwa, wabula ne bava ku Katonda bwe baasisinkana okusoomozebwa n'ebizibu. Buli lw'empulira ebintu ng'ebyo mpulira ng'ennaku enzita Olw'abantu obutasobola kwawulawo mu mwoyo.

Abantu bwe babeera n'okukkiriza okutuufu, tebasobola kuva ku Katonda ne bwe bayita mu bizibu ebyenkana bitya. Bwe babeera n'okukkiriza okw'omwoyo, bajja kusanyuka, beebaze, basabe ne mu biseera eby'okusoomoozebwa n'okubonaabona. Tebajja kulya mu Katonda lukwe, tebajja kukemebwa, oba okulekayo okutambulira mu Ye. Ebiseera ebimu abantu basobola okubeera abeesigwa olw'okuba basuubira okufuna emikisa oba nga bagala abalala babalabe. Naye okusaba okw'okukkiriza n'okusaba okujjude essuubi ery'okufuna ebintu kusobola okwawulibwa olw'ebyo ebikuvaamu. Omuntu bw'asaba n'okukkiriza okw'omwoyo, okusaba kwe kujja kugobererwa ebikolwa ebisanyusa Katonda, era ajja kuddiza Katonda ekitiibwa ng'atuukiriza okuyaayaana kw'omutima gwe kimu ku kimu.

Nga Bayibuli ekola ng'eky'okulung'amya kyaffe, twekenneenyezza engeri ba jjajja ffe ab'okukkiriza bwe baalaga okukkiriza kwabwe eri Katonda n'ekika ky'omutima gwe baalina ekyasanyusa Katonda Naye n'atuukiriza okuyaayaana kw'emitima gyabwe. Era nga Katonda awa emikisa nga bwe yasuubiza, eri abo bonna abamusanyusa – nga Tabbisa eyazuukizibwa bwe yamusanyusa, nga omukazi we Sunemu eyali talina mwana bwe yamusanyusa, nga omukazi eyali abonyeebonye n'ekikulukuto ky'omusaayi okumala emyaka 12 bwe yamusanyusa – katukkiriza era tusse ku Ye amaaso gaffe.

Katonda atugamba, "'Oba ng'oyinza?' Byonna biyinzika eri akkiriza" (Makko 9:23). Bwe tukkiriza nti asobola okugonjoola ebizibu byaffe byonna, era mu bujjuvu ne tuwaayo ebizibu byaffe byonna Gyali, oba ba kukkiriza kwaffe, oba bya ndwadde, baana, bya nsimbi ne tumwesigamako, Ddala bino byonna ajja kubitukolerako (Zabuli 37:5).

Nga tusanyusa Katonda oyo atalimba wabula atuukiriza kye yasuubiza, ka buli omu ku mmwe atuukirize okuyaayaana kw'emitima gyammwe, era muddize Katonda ekitiibwa eky'amaanyi, era mutambulire mu bulamu obw'omukisa, mu linnya erya Yesu Kristo Nsabye!

Ebikwata ku Muwandiisi:
Dr. Jaerock Lee

Dr. Jaerock Lee Yazaalibwa Muan, ekisangibwa mu ssaza lye Jeonnam, mu Nsi ye Korea, mu mwaka gwa 1943. Ng'ali mu myaka amakumi abiri, Dr. Lee yabonaabona n'endwadde nnyingi ez'olukonvuba okumala emyaka musanvu era ng'alinda bulinzi kufa awatali ssuubi lya kuwona. Wabula lumu mu biseera eby'omusana mu mwaka gwa 1974, yatwalibwa mwannyina mu kanisa era bwe yafukamira wansi okusaba, amangu ago Katonda Omulamu n'amuwonya endwadde ze zonna.

Okuva Dr. Lee bwe yasisinkana Katonda Omulamu okuyita mu ngeri ennungi bw'etyo, ayagadde Katonda n'omutima gwe gwonna era n'amazima, era mu mwaka gwa 1978 yayitibwa okuba omuweereza wa Katonda. Yasaba n'amaanyi ge gonna n'okusiiba asobole okutegeera obulungi okwagala kwa Katonda, alyoke akutuukirize mu bujjuvu era agondere Ebigambo bya Katonda byonna. Mu 1982, yatandika ekanisa eyitibwa Manmin Central Church esangibwa mu kibuga Seoul, eky'omu nsi ye Korea, era eby'amagero bya Katonda ebitabalika, omuli okuwonya okw'ebyamagero bizze bibeerawo mu kanisa ye.

Mu 1986, Dr. Lee yatikkirwa ku mukolo Annual Assembly of Jesus ogwali mu Sungkyul Church of Korea, n'afuuka omusumba era oluvanyuma lw'emyaka ena mu mwaka gwa 1990, obubaka bwe bwatandika okuzanyibwa ku butambi mu nsi ya Australia, Russia, Philippines, n'ensi endala nnyingi ku mikutu nga Far East Broadcasting Company, Asia Broadcast Station, ne Washington Christian Radio System.

Nga wayise emyaka essatu mu 1993, Manmin Central Church yalondebwa okuba "emu ku kanisa 50 ezikulembedde mu nsi yonna" nga bino byafulumizibwa aba Christian World magazine (ng'efulumira mu Amerika) era n'afuna ekitiibwa ky'obwa Dokita mu By'eddiini okuva mu ttendekero eriyitibwa Christian Faith College, eky'omu kibuga Florida, ekisangibwa mu Amerika, era mu 1996 yaweebwa eky'obwa ssabakenkufu mu ttendekero lye Kingsway Theological Seminary, eky'omu kibuga Iowa, mu Amerika.

Okuva omwaka gwa 1993, Dr. Lee akulembeddemu okutambuza enjiri mu nsi yonna okuyita mu kuluseedi ennyingi z'akubye emitala w'amayanja nga kuluseedi eyali e Tanzania, Argentina, L.A., Baltimore City, Hawaii, ne New York City eky'omu Amerika, Uganda, Japan, Pakistan, Kenya, Philippines, Honduras, India, Russia, Germany, Peru, Democratic Republic of the Congo, Israel ne Estonia.

Mu 2002 empapula ez'amaanyi mu Korea z'amuyitanga "omusumba ow'ensi yonna" olw'emirimu gye mu nsi ez'enjawulo gye yakubanga Kuluseedi ennene ennyo. Naddala, kuluseedi ye ey'omu kibuga New York eyaliyo mu 2006 nga yayatiikirira nnyo, Kuluseedi eyali mu kisaawe ekimanyiddwa ennyo ekiyitibwa Madison Square Garden era nga yayita ku mpewo ku mikutu gy'empuliziganya mu nsi 220, mu kuluseedi gye yakuba mu Isiraeri mu mwaka gwa 2009 mu kifo ekiyitibwa International Convention Center ekisangibwa mu Yerusaalemi era n'alangirira mu buvumu nti Yesu Kristo ye Mununuzi

Obubaka bwe bwatuuka mu nsi 176 okuyita ku setilayiti n'omukutu ogumanyiddwa nga GCN TV era mu mwaka gwa 2009 ne 2010 akatabo akamanyiddwa ennyo mu Russia kafulumya nti Dr. Lee y'omu ku bakulembeze b'eddiini 10 abasinga okukwata ku bantu, mu katabo Victory ne mu new agency Christian Telegraph olw'obuweereza bwe ku TV obw'amaanyi ne mu makanisa agali ebunaayira gasumba.

Weguweredde omwezi ogw'okutaano mu 2013, Ekanisa ya Manmin Enkulu eweza ba memba abassuka mu 120,000. Waliwo amatabi g'ekanisa 10,000 mu nsi yonna, nga 56 gali mu nsi ye Korea, era aba minsani 129 beebakasindikibwa mu nsi 23, omuli Amerika, Russia, Germany, Canada, Japan, China, France, India, Kenya, n'endala nnyingi.

Ekitabo kino w'ekifulumidde, Dr. Lee abadde awandiise ebitabo ebirala 85, omuli ebisinze okutunda nga Okuloza ku Bulamu Obutaggwaawo nga si n'afa, Obulamu Bwange, Okukkiriza Kwanga I & II, Obubaka Bw'omusalaba, Ekigera Okukkiriza, Eggulu I & II, Ggeyeena, Zuukusa Isiraeri!! ne Amaanyi ga Katonda. Ebitabo bye bikyusiddwa okudda mu nnimi ezisuka mu 75.

Waliwo obubaka bwe obuwandiikibwa mu miko gye mpapula z'amawulire ng'olwa The Hankook Ilbo, The JoongAng Daily, The ChosunIlbo, The Dong-A Ilbo, The MunhwaIlbo, The Seoul Shinmun, The Kyunghyang Shinmun, The Korea Economic Daily, The Korea Herald, The Sisa News, ne The Christian Press.

Dr. Lee kati akola ng'omukulembeze w'ebitongole by'obu misani bingi saako ebibiina: nga ye Sentebe wa, The United Holiness Church of Jesus Christ; Ye Pulezidenti wa, Manmin World Mission; Permanent President, The World Christianity Revival Mission Association; Ye yatandika, Manmin Ttivvi; Ye yatandika era ali ku bboodi ya, Global Christian Network (GCN); Mutandisi era ye Ssentebe wa Bboodi ya, World Christian Doctors Network (WCDN); era ye yatandika era ye sentebe wa Bboodi ya, Manmin International Seminary (MIS).

www.ingramcontent.com/pod-product-compliance
Lightning Source LLC
LaVergne TN
LVHW051955060526
838201LV00059B/3653